# அழகிய பெரியவன்
## குறுநாவல்கள்

நீலம்

# நீலம்

*அழகிய பெரியவன் குறுநாவல்கள்*

ஆசிரியர் : அழகிய பெரியவன்
முதல் பதிப்பு: டிசம்பர் 2013, வெளியீடு: நற்றிணை பதிப்பகம்
நீலம் முதற்பதிப்பு : டிசம்பர் 2024
நீலம் பப்ளிகேஷன்ஸ்,
முதல் தளம், திரு காம்ப்ளக்ஸ்,
மிடில்டன் தெரு, எழும்பூர், சென்னை - 600008.

அட்டை ஓவியம் : காயம்பூ
அட்டை வடிவமைப்பு : சந்தோஷ் நாராயணன் செந்தில்குமார்
நூல் வடிவமைப்பு : பவித்ரன் முரளி

விலை ரூ.200

AZHAGIYA PERIYAVAN KURUNAAVALGAL
Author : AZHAGIYA PERIYAVAN
Copyrights : AZHAGIYA PERIYAVAN
First Edition : December - 2013
Neelam First Edition: December - 2024

Published by : NEELAM PUBLICATIONS,
1st floor, Thiru Complex, Middleton street,
Egmore, Chennai - 600008.

Email : editor@neelampublications.com
Mobile : +91 98945 25815

**INR : 200**
ISBN : 978-93-94591-47-9

Neelam Monthly Magazine & Subscription - www.theneelam.com
Neelam Online Store - www.neelambooks.com

## அழகிய பெரியவன் (1968)

தொண்ணூறுகளின் இடைப்பகுதியில் எழுதத் தொடங்கியவர். நவீன தமிழ் இலக்கியத்தின் தனித்த முன்மாதிரி எனவும், கலாப்பூர்வமான எழுத்தின் வழியே தலித் இலக்கியத்தை அழகியல் தளம் நோக்கி நகர்த்தியவர் எனவும் அறியப்படுகிறவர். கவிதை, சிறுகதை, நாவல், கட்டுரை என நான்கு தளங்களிலும் அழுத்தமாகத் தடம் பதித்தவர்.

‘தீட்டு’ சிறுகதைத் தொகுப்பும், ‘நீ நிகழ்ந்த போது’ கவிதைத் தொகுப்பும் முதல் நூல்களாக 2000இல் வெளியாகின. தொடர்ந்து ‘நெரிக்கட்டு’, ‘கிளியம்மாவின் இளஞ்சிவப்புக் காலை’, ‘அம்மா உழைப்பதை நிறுத்திக்கொண்டார்’, ‘அன்றாடம்’, ‘அழகிய பெரியவன் கதைகள்’, ‘தகப்பன் கொடி’, ‘வல்லிசை’, ‘யாம் சில அரிசி வேண்டினோம்’, ‘சின்னக்குடை’, ‘அரூப நஞ்சு’, ‘உனக்கும் எனக்குமான சொல்’, ‘ஞாபக விலங்கு’, ‘வெட்கம் கெட்ட நாடு’, ‘அன்லிமிட்டெட் காலம்’ எனப் பல நூல்கள் வெளியாகியுள்ளன.

‘தகப்பன் கொடி’ நாவலுக்கும் (2003), ‘உனக்கும் எனக்குமான சொல்’ கவிதை நூலுக்கும் (2010) தமிழ்நாடு அரசின் பரிசுகளைப் பெற்றவர். இந்தியா டுடேவின் எதிர்கால நாயகர் விருது, சிற்பி கவிதை விருது, தலித் முரசு கலை இலக்கிய விருது, தஞ்சை பிரகாஷ் இலக்கியப் பரிசு, தமுஎகச சு.சமுத்திரம் சிறுகதைப் பரிசு, பெரியார் விருது, தந்தை என். சிவராஜ் விருது, திருவள்ளுவர் பல்கலைக்கழகப் பரிசு, வேலூர் மாவட்ட அரசு நிர்வாக விருது உள்ளிட்ட பல விருதுகளும் பரிசுகளும் இவருக்கு வழங்கப்பட்டுள்ளன.

இவருடைய கதைகளும் கவிதைகளும் கல்லூரிகளில் பாடமாகப் பயிலப்படுகின்றன. தமிழ்நாடு அரசு பதினோராம் வகுப்பு தமிழ்ப்பாட நூலில் ‘ஏதிலிக் குருவிகள்’ கவிதை பாடமாக உள்ளது.

வேலூர் மாவட்டம் பேரணாம்பட்டைப் பூர்வீகமாகக் கொண்டவர். இயற்பெயர், அரவிந்தன். பெற்றோர், திரு. சி.சின்னதுரை, திருமதி. கெ.கிரேஸ் கமலம். எழுத்தைக் கடந்து, களச்செயல்பாட்டாளராகவும் அறியப்படுகிற இவர், இயக்குநர் பா.இரஞ்சித்தின் ‘தங்கலான்’ திரைப்படத்துக்கும், வேறு சில திரைப்படங்களுக்கும் வசனம் எழுதியிருக்கிறார்.

மின்னஞ்சல்: aravindanmarch@gmail.com

## பொருளடக்கம்

| | |
|---|---|
| தீட்டு | 07 |
| குறி | 51 |
| நாணல் மனங்கள் | 73 |
| திசையெல்லாம் சுவர்கள் கொண்ட கிராமம் | 87 |
| நீரோட்டம் | 112 |
| கானலில் தவித்திடும் குரல் | 141 |

# தீட்டு

கல்சட்டியையும் மத்தையும் கழுவிய தண்ணீரை வீட்டுக்குள் உட்கார்ந்தபடி சலோவென வாசலைப் பார்த்து வீசி ஊற்றினாள் காமாட்சி, பச்சை கட்டி அழகாய் துளிர்த்திருந்த முருங்கைக் கிளையின் தளிர் இலைகளில் நீர் பட்டுச் சொட்டியது. அவள் வைத்த கிளை. செடிகள் என்றால் கொள்ளைப் பிரியம் காமாட்சிக்கு. இங்கு செடி வைக்க இடமும் கிடையாது. மேலும் நல்ல செடிகளைப் பார்க்கவும் முடியவில்லை.

பருப்பும், கத்திரிக்காய் தக்காளியும் அடுப்பில் ஆவி பறக்க வெந்துகொண்டிருந்தன. எடுத்து கல்சட்டியில் ஊற்றினாள். மிகுதி நீரை மோந்து தனியாய் ஒரு பாத்திரத்தில் ஊற்றி வைத்துவிட்டு, கடையத் தொடங்கினாள். கல்சட்டியைச் சுற்றி கரித்துணியை வைத்து இரண்டு பாதங்களாலும் அதை அழுத்திக்கொண்டு பரப்பி உட்கார்ந்தபடி மத்தை இறுக்கிப் பிடித்து லாவகமாய் கடைந்தாள். பருப்பும் காய்களும் மசிந்து கமகமவென மணம் எழும்பியது.

மேலே எதையோ பார்த்தபடி பல் இல்லாத வாயில் நீர்வழியச் சிரித்துக்கொண்டிருந்தான் காந்த்து. கை கால்களை உதைத்துக் கொண்டு ஆடினான். காற்றில் கைகள் அளைந்தன. ஒன்றுக்குப் போய் கீழே போட்டிருந்த துணியையெல்லாம் நனைத்து விட்டிருந்தான். அவனைப் பார்த்துச் சிரித்தாள்.

“காந்த்து... என்னா பண்ற...?”

“ஊ...!”

கலகலவெனச் சிரித்தாள். “எங்ராசா! இதோ ஆச்சி, வந்தர்றன்!” கடைஞ்சலில் மூட்டு வைத்த நீரை ஊற்றி உப்புபோட்டுக் கலக்கினாள். கரண்டியில் துளி எடுத்து உள்ளங்கையில் விட்டு நக்கிச் சுவைத்தாள். அடுப்பில் வெங்காயமும், கடுகு, கருவேப்பிலையும் எண்ணெய்யில் பொரிந்தன. கலக்கிவிட்டு, கடைசலை ஊற்றினாள். அருமையான தாளிப்பு வாசம் மணந்தது.

இறக்கி வைத்துவிட்டுக் கொள்ளியைத் தள்ளி அணைத்தாள். தண்ணீர் தேக்சாவைத் தூக்கி அடுப்பில் வைத்துவிட்டு ஓடிவந்து குழந்தையைத் தூக்கிக்கொண்டாள். அவள் முத்தத்தால் திணறினான். வெளியே வந்து குடிசையின் வாசற்படியில் உட்கார்ந்துகொண்டாள். குழந்தை அலைந்தான். அவனுக்குப் பசி. மாராப்பை விலக்கி சட்டை ஊக்குகளைத் தளர்த்தி பால் புகட்டினாள். ஆவலாய்க் கவ்விச் சப்புக் கொட்டினான். உடலில் சிலிர்ப்பு மேலிட கண்கள் கிறங்கி சிரித்தாள் காமாட்சி.

தலையை வருடி முத்தமிட்டாள்.

"எஞ்சாமி... எங்ராசா... கலேகட்ரூ... நீ கலேசுட்ரே தான்!"

"டியேய் காமாச்சி... அய்யோ... மோசம் போயிட்டண்டி நாமெ."

வேகமாய் ஓடிவந்தாள் குப்பு. அவளுக்கு மூச்சு இறைத்தது. உடம்பு நடுங்கியது. வியர்த்துக் கொட்டியது.

"என்னா எம்மா?" பதறி எழுந்தாள்.

"கோவிந்தன் லாரில அடிபட்டுக் கெடக்கானான்டி, பச்சாண்டுல."

"அய்யோ! எஞ்சாமி" பதற்றத்தில் கத்திவிட்டாள் காமாட்சி.

அழுகைப் பெருக்கெடுத்தது. உடம்பு நடுங்கியது. நெஞ்சு அடிப்பு அதிகரித்துவிட்டது. குழந்தையை நெஞ்சிலிருந்து பிடுங்கித் தோளில் போட்டுக்கொண்டு ஓடினாள். மாராப்பை வேகமாய் இழுத்து விட்டுக்கொண்டாள். குப்புவும் மார்பில் அடித்துக்கொண்டு பின்னால் ஓடினாள்.

"நா என்னா பண்ணுவேன்? அய்யோ, எஞ்சாமீ!" அவர்களின் வாய் அரற்றிக் கொண்டே இருந்தது.

ஆஸ்பத்திரியில் உட்கார்ந்து அழுதுகொண்டிருந்தாள் காமாட்சி. தலைமுடியைப் பிய்த்துக்கொண்டாள். ஓங்கி ஓங்கி மார்பில் அறைந்தாள். வாயிலிருந்து எச்சில் ஒழுகியது. கண்களிலிருந்து சிறு ஓடையாய் நீர் வழிந்தது. மார்புத்துணி விலகி ஊக்குப் போடாத சட்டை திறந்து உடம்பு தெரிந்தது. மூக்கில் ஒழுக்கெடுத்தது. குழந்தையை யாரோ ஒருத்தி வைத்துக் கொண்டிருந்தாள்.

அவன் கதறினான். விசயம் தெரிந்ததும் தாமரைக்குளத்திலிருந்து பெண்களும், ஆண்களுமாக வந்துவிட்டனர்.

ஒருத்தி காமாட்சியருகில் உட்கார்ந்து முந்தானையை எடுத்து மார்பில் போர்த்தி இழுத்து இடுப்பில் செருகிவிட்டாள். குப்பு ஒரு ஓரமாய் அமர்ந்து அரற்றிக் கொண்டிருந்தாள்.

“த்தா காமாட்சி, சும்மாரு. அளுவாத, சும்மாரு.” ஒருத்தி ஓயப் பண்ணினாள்.

“த்தா, ஒத்திப்போயி ஒக்காந்து அளுமா. டாக்டரய்யா திட்ராரு.”

ஆஸ்பத்திரியில் வேலை செய்பவன் ஒருவன் சத்தம் போட்டுக் கொண்டே போனான்.

“சாமீ! எப்புடிக்கீது எந் தெய்வம்?”

“சாயந்தரமா தருவாங்க!”

இன்னும் அதிகமாக அழுதாள் காமாட்சி.

“நா கைக்கொழந்தையெ வச்சிக்கிட்டு யின்னாப் பண்ணு வேங்?”

“எங்களத் தனியா தவிக்கவுட்டுப் போறதுக்கு ஒனுக்கு எப்புடிய்யா மனசு வந்துச்சி?”

“சாப்புடாமக்கூட காலங் காத்தால ஓடினியே. இதுக்குத் தானா?”

“அய்யோ எஞ்சாமீ, எஞ்சாமீ. எங்ராசா, எங்ராசா, எங்ராசா.”

அவளுக்கு எப்படி அழுவது என்று தெரியவில்லை. ஆனால், உயிர் வற்றிவிடும்படி அழுதாள் காமாட்சி.

தொண்டை கட்டிக் கொண்டது. அவளுக்குக் குரலில்லை. எதையுமே அவளால் நினைக்க முடியவில்லை. பயத்தில் உடல் நடுங்கியது. அவளுக்கு ஆஸ்பத்திரி பற்றி ஒன்றும் தெரியாது. ஊசி என்றாலே பயம். தன் புருசனை எப்படியெல்லாம் சிதைத்து பனையோலைப் பாயில் கட்டித் தருவார்களோ என்றிருந்தது.

ஆஸ்பத்திரி பற்றிப் பல அரூபமான கதைகள் உண்டு காமாட்சியிடம். அக்கம் பக்கம் பெண்கள் சொல்லிக் கேட்டவை. ‘செத்துப்போன மனுசன, ஏங் அறுத்துத் தரணும்? அவருது கொடலூ, மூளை, கொல, நரம்பெல்லாம் எடுத்து

இவனுங்கயின்னாப் பண்ணுவானுங்க?' கோபமாய் இருந்தது காமாட்சிக்கு.

"ஒன்னெ முளுசாக்கூடப் பாக்க முடியல்லீயே, எஞ்சாமீ!"

"தாமு வந்திடுச்சிடி காமாட்சி, கம்மூனு இரு. அல்லாத்தையும் அது பாத்துக்கும்!"

அழுதுகொண்டிருந்தவள் வாயை ஒருத்தி பொத்தினாள்.

குடிசை முன்னால் சின்னதாய் பந்தல் போட்டு, கோவிந்தனின் உடலை வைத்திருந்தார்கள். பந்தலில் அங்கங்கே மாலைகள் தொங்கின. பிணக் கட்டிலுக்கடியிலே ஊதுபத்திப் புகைந்து சாவு மணம் எழுப்பியது. முகம் சிதைந்து விட்டிருந்தது. எந்த உறுப்பும் ஒழுங்காய் இல்லை. ரிக்ஷாவில் சரக்கு ஏற்றிப் போகும்போது, லாரியில் சிக்கிக்கொண்டது. மோசமாய் அடிபட்டிருந்தான். ஆஸ்பத்திரிக்கு எடுத்துப் போவதற்குள் உயிர் போய்விட்டது. காமாட்சி, உயிர்போன உடலைத்தான் பார்த்தாள். ரத்தச் சகதியில் கிடத்தியிருந்தனர்.

கோவிந்தன் நன்றாய் இருப்பான். கட்டு மஸ்த்தான உடம்பு. கருப்புதான். ஆனாலும் களையான முகம். காமாட்சி மீதும் குழந்தை மீதும் உயிரையே வைத்திருந்தான். ரஜினி என்றால் தெய்வம். பிள்ளைக்கு 'காந்த்து' என்று பெயர் வைத்ததும் அதனால்தான். நல்ல உழைப்பாளி. அவன் ரிக்ஷாவை இழுத்தாலும் காமாட்சி ராசாத்திதான். அப்படி வைத்திருந்தான்.

நினைக்க நினைக்க கட்டில் காலில் முட்டி முட்டி அழுதாள் காமாட்சி. அவளால் அழுவதற்கு முடியவில்லை. சில நேரங்களில் அவள் தொண்டையிலிருந்து அழுகைக்குப் பதிலாய் காற்றுதான் வந்தது. குரலில்லை. நீர் வற்றிப்போய் கண்களும் முகமும் வீங்கியிருந்தன. அவளை வலுக்கட்டாயமாய் பிடித்து, டீயையும், காபியையும் அவ்வப்போது ஊற்றினார்கள் பெண்கள். குழந்தைக்காரி, தாங்கமாட்டாள். உடம்பு எதற்கு ஆகும். காந்த்து என்ன ஆனான் என்று தெரியவில்லை காமாட்சிக்கு. நடுவில் ஒருமுறை பாலுக்காக அவளை வீட்டுக்குள் அழைத்து, குழந்தையைக் கொடுத்தபோது வெறுப்பாய் விலக்கிவிட்டாள் குழந்தையை.

குப்பு, வாயில் அடித்துக்கொண்டும், மார்பில் குத்திக் கொண்டும் அழுதாள். அடிக்கடி மயக்கமாகி விழுந்தாள். நினைவு தெரியாமல் குடித்திருந்தாள்.

“எம்மகனே! டேய் ராசா. எங்கடா பூட்ட நீ?”

வெறியில் மார்பிலே அடித்துக்கொண்டாள். அவள் அடித்துக் கொண்டது பக்கத்தில் இருந்த பெண்களுக்கும் அதிர்ந்தது. சேரிப் பெண்கள் எல்லோரும் சாவு வீட்டில்தான் இருந்தனர். கூடிக்கூடி அழுதனர். பட்டினம் நினைக்கும் போதெல்லாம் வந்து நின்று அழுதுகொண்டிருந்தான்.

மேளச் சத்தம் காதைப் பிளந்தது. சாராய நெடி எங்கும் வியாபித்திருந்தது. ரிக்ஷாகாரர்களும், மூட்டை தூக்கிகளும், தாமரைக் குளத்து ஆண்களும் என பட்டாளம். கருத்தப் தேகங்கள். பீடிப் புகை மேகக் கூட்டமாய் எழுந்தது. கோவிந்தனின் பெருமை, சாராய வாசனையுடன் அவர்கள் வாயிலிருந்து வெளியானது.

திடீரென விசில் சத்தம் காதைப் பிளந்தது. காமாட்சி கூட அழுவதை நிறுத்திவிட்டுத் திரும்பிப் பார்த்தாள். பிணத்தைச் சுற்றி உட்கார்ந்திருந்த பெண்கள் சிரித்தார்கள். மேளக்காரர்களின் முன், புடவையைத் தூக்கி இடுப்பில் செருகிக்கொண்டு ஆடுவதற்குத் தயாராய் யசோதம்மாள் நின்றிருந்தாள். தலைமுடியைக் கொண்டையைச் சுற்றி இறுக்கிக் கட்டியிருந்தாள். குதப்பிக்கொண்டிருந்த வெற்றிலையைப் புளிச்செனத் துப்பிவிட்டு வாயைத் துடைத்தாள். பெருத்த உடம்பு. பருத்த மார்புகளின் நடுவில் முந்தானை நூலாய் பற்றிக் கிடந்தது. சேலையைத் தூக்கிச் செருகியதில் ஒரு காலின் தொடை சிவப்பாய்த் தெரிந்தது. யசோதம்மாள் ஆடினாள் என்றால், மேளக்காரர்களுக்கு அடிக்க முடியாது. கை சலிக்கும். மேளங்களைக் காய்ச்சிக்கொண்டிருந்தனர். மேலும் ஒவ்வொரு கிளாஸ் பட்டை உள்ளிறங்கியது. மேளக்காரர்களுக்குச் சுற்றிலும் நின்றவர்களுக்கு உற்சாகம். விசில்கள் பறந்தன. ஆட்டம் தொடங்கி விட்டது.

யசோதம்மாள், குலுங்கிக் குலுங்கி ஆடினாள். இரண்டு கைகளாலும் புடவையைக் குத்தாகப் பற்றித் தொடைகள் மோசமாகத் தெரியத் தூக்கியபடி மேளக்காரர்களுக்கு முன் இடுப்பை வேகமாக அசைத்தாள். மேளக்காரர்களுக்குப் பொறுக்க முடியவில்லை. அவர்களும் அவளை நோக்கி முன்னேறி அடித்துக் கிளப்பினார்கள். விசில் அடித்தாள். மூச்சு வாங்கியது அவளுக்கு. தேர்ந்த ஆட்டக்காரி போலச் சுழன்று சுழன்று ஆடினாள். அவ்வளவு பெரிய உடம்புக்கு அவள் இப்படி ஆடுவதே ஆச்சர்யம்தான்.

யசோதம்மாள் இப்படித்தான் ஆடுவாள். தாமரைக்குளத்திலும், அதனைச் சுற்றியுள்ள இடங்களிலும் சரி. ஒரே நெட்டில் ஒரு பாட்டில் பட்டையைத் தீர்த்துவிட்டு வந்து நின்றாள் என்றால், மேளக்காரரர்கள் தண்ணி வாங்க வேண்டும். அப்படி ஆடுவாள். பார்த்துக் கொண்டிருப்பவர்களுக்கு அவள் ஆடும்போது, சில மோசமான காட்சிகளும் அவளிடமிருந்து கிட்டும். அவளுக்கு அதெல்லாம் ஒன்றுமில்லை. மாராப்பை எடுத்து இடுப்பில் சுற்றிக்கொண்டும் ஆடுவாள். சரிந்து சரிந்து விழும் முந்தானை ஆட்டத்தைக் குலைத்துவிடும். மேலும் அவளை உற்சாகப்படுத்த விசில் அடித்தார்கள். மூச்சு இறைக்க ஆட்டத்தை நிறுத்திவிட்டுப் போய், இன்னொரு கிளாசை இழுத்தாள். நிற்பதற்குத் தள்ளாடினாள். சில பெண்கள் வந்து இழுத்துப் போய்விட்டார்கள். யசோதம்மாள் பெரிய கில்லாடி. ஐம்பத்துக்கும் குறையாமல் பெண்களை வைத்துத் தொழில் நடத்துகிறவள். போலீஸ், கோர்ட்டு எல்லாம் அவளுக்கு அத்துபடி.

காமாட்சிக்கு, யசோதம்மாவைப் பார்க்க பயமாகவும், அருவருப்பாகவும் இருந்தது. பஜாருக்குப் போய் காய்கறிகளை வாங்கிக்கொண்டு வரும் சமயம், யசோதம்மாளின் ஆங்காரத்தை அவள் பார்த்திருக்கிறாள். பெரிய லைனிலிருந்து, பையர்ஸ்டேசன் சாலையில் திரும்பி வந்துகொண்டிருந்தாள் காமாட்சி, வெய்யில் சுள்ளென்று தைத்தது. பத்து மணிக்கும் மேலிருக்கும். சாலை கிழக்கு மேற்காக நீண்டது. இவளை நோக்கி ஒரு பெண் அலங்கோலமாய் ஓடி வந்துகொண்டிருந்தாள். இருபது, இருபத்தைந்து வயசிருக்கும் அந்தப் பெண்ணுக்கு. காமாட்சிக்கு ஆச்சர்யமாகவும், பதற்றமாகவும் இருந்தது. பின்னாலேயே ஒரு ரிக்ஷாவில் யசோதம்மாள் அந்தப் பெண்ணைத் துரத்திக்கொண்டு வந்தாள். பெரியலைன் திருப்பத்தில் வந்து, ரிக்ஷாவிலிருந்து குதித்து, அந்தப் பெண்ணைப் பிடித்துவிட்டாள். மேலும் ஓடமுடியாதபடி, கீழே குனிந்து மண்ணள்ளி, அப்பெண்ணின் முகத்தில் அடித்தாள். கண்களில் மண் விழுந்து திணறியவளைக் குத்தி, மூட்டை போலத் தூக்கி ரிக்ஷாவிலே எறிந்தாள், யசோதம்மாள்.

"ஏங்கிட்டியே டபாய்க்கப் பாக்கிறியா?"

ஆங்காரமாய் ரிக்ஷாவில் ஏறி, அந்தப் பெண்ணை அழுத்திப் பிடித்துக்கொள்ள ரிக்க்ஷா திரும்பிப் போய்விட்டது. பாவம் அந்தப் பெண். எங்கிருந்து வந்து இவளிடம் சிக்கிக் கொண்டாளோ! திருப்பத்திலிருந்த போக்குவரத்துப்

போலீஸ்காரரும் மற்றவர்களுடன் சேர்ந்து வேடிக்கை பார்த்துக் கொண்டிருந்தார். கடைக்காரர்களும், சாலையில் போனவர்களும் வேடிக்கை பார்த்தனர். காமாட்சிக்கு, அந்தப் பெண்ணை நினைத்து நெஞ்சு பதறியது. யசோதம்மாள் பற்றி கோவிந்தன் அவளிடம் நிறைய சொல்லியிருக்கிறான்.

திடீரென சலசலப்பு உண்டானது. மேளக்காரர்கள் நெருங்கி வந்தனர். ஆண்கள் சுற்றிக்கொண்டு நின்றனர். பெண்கள் எல்லாம் எழுந்துகொண்டார்கள். தாமோதரன், பெரிய மாலையொன்றை கோவிந்தனின் உடல்மீது போட்டுக் கும்பிட்டான். முரட்டு முகம். முகத்தில் நிறையத் தழும்புகள். வெளியே வந்து விழுந்துவிடும்படி கண்கள் சிவந்து வீங்கியிருந்தன. மீசையை முறுக்கிவிட்டிருந்தான். அவனுடன் கையாட்கள் கொஞ்சம் பேர் இருந்தனர்.

"தாமு வந்துகீது பாரு! கால்ல வுளுந்து அளு."

யாரோ காமாட்சியை, தள்ளி விட்டார்கள். தோள்களைப் பற்றித் தூக்கினான் தாமு. இறுக்கமான பிடி.

"அளுவாதம்மா. நாங்கல்லாங் இல்லே? கோயிந்தன் எந்தம்பி மாதிரி. அவங் நா வளத்தப் புள்ளமா! பயிப்புடாத, உனக்கு நாங்கீறங்."

பிடி விலகியது. விலகிப் போய்விட்டான். மேளக்காரர்கள் அவனைச் சூழ்ந்துகொண்டனர். அவன் காசு கொடுத்ததற்காக, மேளக்காரர்களிடமிருந்து 'டும்' கொட்டி வாழ்த்தொலி எழுந்தது. விசிலடித்து காற்றைப் பிளந்தார்கள். காமாட்சிக்குப் பயத்தில் உடல் நடுங்க ஆரம்பித்திருந்தது. அவளுக்குச் சொந்தமென்று சொல்லிக் கொள்ள யாரும் இல்லை. கோவிந்தனோடு எல்லாம் போய்விட்டது. முடிவில்லாத சூன்யத்தின் வாயிலில், அவளை யாரோ தள்ளி விட்டதாக உணர்ந்தாள்.

விறகுச் சுமையைத் தொப்பென்று போட்ட காமாட்சியைத் உன்னிப்பாய் பார்த்துக்கொண்டிருந்தாள் குப்பு. முகம், தலை, கழுத்து என வியர்வை வழிந்து கசகசத்தது காமாட்சிக்கு. தாவணியின் முந்தானையால் முகத்தையும், புறங்கழுத்தையும் அழுந்த துடைத்துக் கொண்டாள். 'உஸ்' என்றபடி விசிறிக் கொண்டு திண்ணையில் உட்கார்ந்தாள். குப்புவின் மனசு நிறைந்துவிட்டது. தவமணியிடம் திருப்தியுடன் தலையாட்டிப் புன்னகைத்தாள்.

“சும்மா சொல்லக்கூடாதுடீ தவம். நல்லா, செலையாட்டந்தா பெத்து வளத்திருக்கே!”

“பின்னே...”

“ஏம்மா ஒக்காந்துட்ட? போயி கையி காலெ கழுவினு வந்து சாப்புடு” என்றாள் தவமணி.

“வூட்டுக்கு வெறுவு இல்ல. பக்கந்தான காடு! அதான்போயி எடுத்தாந்துச்சி! எப்படிக் கட்டியிருக்காப் பாரு. ஒண்ணெப்பாத்த மாதிரி பெறுக்கி!”

மகளின் திறமையை மெச்சிக்கொண்டாள் தவமணி. காமாட்சி, பொழக் கடைக்குப் போய் வந்து உள்ளே போய்விட்டாள்.

‘செரீடி. அண்ணங் வந்ததும் பேசி, காயா பழமான்னு சொல்லு. பையன் நா பாத்து வளந்தவன். நல்ல ஒளப்பாளி. ராசாத்தியாட்டம் வச்சுப்பான். பத்தாத்துக்கு நாங் எங்க போயிடப்போறன். அங்கதானே கீறங். பாத்துக்குவேன். அண்ணங்கிட்டச் சொல்லி நல்ல பதுலா சொல்லூடீ! நா அப்புறமா வாரங்!”

“நா என்னா சொல்றது? அந்த ஆண்டவன் முடி போட்டிருந்தான்னா, எல்லாம் முடியுது?”

கல்யாணம் முடிந்துவிட்டது காமாட்சிக்கும், கோவிந்தனுக்கும். காமாட்சிக்கு எதுவும் புரியவில்லை. கள்ளம் கபடு இல்லாமல் வளர்ந்துவிட்டவள். கிராமங்களின் கன்னிப் பெண்கள் வழக்கமாக முடித்துக்கொள்ளும் கடமைகளில் ஒன்றைத் தானும் முடித்துக் கொண்டதாக நினைத்தாள். அவளுக்கென்று பேச நெருங்கிய தோழிகளோ, உறவோ கிடையாது. எல்லாம் பெற்றவர்கள் பார்த்துச் செய்வதுதான்.

தவமணிக்கு என்று கிராமத்தில் சொல்லிக் கொள்ளும்படி சொந்தம் ஏதும் இல்லை. கல்யாணமான கையோடு புருசனையும் தன்னோடு கூட்டிக்கொண்டு தாய் ஊருக்கு வந்து சேர்ந்துவிட்டாள். அவனுக்கும் தன் சொந்த பந்தங்களை மறந்து நாளாகிப் போனது. யாரும் இருக்கிறார்களா என்றுகூட புலம் இல்லை. இரண்டு பிள்ளைகள் பிறந்தார்கள். அதன்பிறகு தவமணிக்கு, பிள்ளைப் பேறு தன்னாலேயே நின்றுபோனது. பிறந்தவைகளில் ஒரு ஆண் தங்கவில்லை. நோயில் போய்விட்டது. நின்றது காமாட்சிதான். அவள் செல்லப் பிள்ளைதான். அவள் பள்ளிக்கூடத்துக்குப் போகாமல் அடம்

பண்ணியதற்காகவே நிறுத்திவிட்டாள் தவமணி. கூலி வேலைக்கு, வயது ஏற ஏற பழகிக்கொண்டாள் காமாட்சி. வேறு என்ன இருக்கிறது அவளின் பெற்றோருக்கு? பிள்ளையைப் பெற்றோமா, வளர்த்தோமா, காலா காலத்தில் ஒருத்தன் கையிலே கொடுத்தோமா, என்று முடித்துவிட்டார்கள்.

குப்புவும், தவமணியும் தூரத்துச் சொந்தம். எப்படியோ, கிராமத்தை விட்டுப்போய் பட்டிணத்தில் சேர்ந்துவிட்டாள் குப்பு. அடிக்கடி கிராமத்துக்கு வந்து போவாள். அப்போதெல்லாம் தவமணியைப் பார்த்துப் பேசத் தவறுவதில்லை. சில சமயங்களில் அவள் வீட்டிலேயே கூடத் தங்குவாள். அவளுக்கு முதலிலிருந்தே காமாட்சியைக் கட்டிக்கொண்டு போக வேண்டுமென ஓர் ஆசை. அதை நிறைவேற்றிக்கொண்டாள். பட்டிணத்தில் குப்பு, பலான தொழில் செய்வதாய் அரசல் புரசலாகப் பேச்சு இருந்தது. இது தவமணிக்கும் தெரியும். குப்பு, தவமணியின் கையைப் பிடித்துக் கொண்டு, காலில் விழாத குறையாகப் பேசி ஒருவாறு முடித்து விட்டாள் சம்பந்தத்தை.

“ஏதோ வயித்து கொடுமைக்கு செஞ்சன்டீ! இப்போ, ஒடம்புல தெம்பில்ல, நா வளத்த புள்ளக்கு நல்ல பொண்ண கட்டீனு போயி, ஒழுங்கா ஊட்டோட வுளுந்து கெடக்க ஆசப்படுறேன்! சாக்கடையில், நல்ல செடி வளர்லீயா? அதாண்டி எம்மவன் கோவிந்தன்!”

கோவிந்தன், தெருவில் பேப்பர் பொறுக்கிக் கொண்டிருந்தவன். குப்பு பட்டணம் வந்த புதுசு. தொழிலுக்குப் போய்விட்டு விடியற்காலமாய் வீட்டுக்குப் போக வந்து கொண்டிருந்தாள். பெரிய சர்ச் பக்கத்தில், நடைபாதையில் ஒரு பையன் விழுந்து கிடந்தான். தூங்கிக்கொண்டிருக்கிறான் என்றுதான் முதலில் நினைத்தாள். அவன் விழுந்து கிடந்த நிலை அப்படியில்லை. கவிழ்ந்து கிடந்தான். கிட்டத்தில் போய், புரட்டினாள். முகம் வீங்கி, உதடுகள் தடித்துக் கிடந்தன. கைகால்கள் காய்ப்பேறி சொற சொறவென்று தெரிந்தன. மயங்கிக் கிடந்தான். வீட்டுக்குத் தூக்கி வந்துவிட்டாள். அவன் சட்டைப் பைகளைத் துழாவியபோது, கஞ்சாப் பொட்டலம் ஒன்று இருந்தது. அவள் கஞ்சா அடித்திருக்கிறாள். தொழிலுக்குப் பழகியது அது. ஆனால், சின்ன பசங்களும்கூடப் பிடிப்பதென்பது அவள் அறியாதது. பயந்து போனாள்.

கோவிந்தனை அவளுடனேயே வைத்துக்கொண்டாள் குப்பு. அவன் பேப்பர் பொறுக்குவதை விட்டுவிட்டான். ரிக்ஷா பழகினான். சில நேரங்களில் குப்புவுக்கு ஆள்பிடித்து வந்துகூட விட்டிருக்கிறான். அவள் பிராத்தல் கேசுக்கென

உள்ளே போகும் போதெல்லாம், இவன் அவளை ஜெயிலில் போய்ப் பார்த்து வருவான். மகன் மாதிரி வளர்த்துவிட்டாள். அவளுக்கு உள்ளூர ஓர் ஆசை இருந்தது. கோவிந்தனுக்கு நல்ல பெண்ணாய்ப் பார்த்துக் கட்டி வைத்து, வேறு தொழிலில் அவனை விட்டு, எப்படியாவது உட்கார்ந்து சாப்பிடும் கௌரவமான நிலைக்கு வந்துவிடவேண்டும். அவள் எண்ணம் போலவே கல்யாணம் முடிந்துவிட்டது. அவளுக்குச் சந்தோசமாய் இருந்தது. சாலையைப் பார்த்த மாதிரி, சேரியின் ஓரத்தில் ஒரு குடிசையிருந்தது அவளுக்கு. அதில் அவர்களை விட்டுவிட்டாள்.

காமாட்சிக்கு, கல்யாணத்துக்கு முன் ஒரு கவலை. யாருக்கு வாழ்க்கைப் படப்போகிறோமோ, கல்யாணத்துக்குப் பிறகும் கவலைப்பாடுதானோ என்று பயந்துகொண்டிருந்தாள். அவளுக்கு எல்லா வேலையிலும் பழக்கமுண்டு. நாற்று நடுவாள், களையெடுப்பாள், கதிர் அறுக்கப்போவாள். காடு ஏறினாள் என்றால், கொண்டு வரும் விறகு மாதத்துக்குக் குறையாமல் வரும். மூன்று பேருக்குத் தானே?

அவள் மாநிறம். பெரிய பெரிய கண்கள். குண்டு முகம். நீளமான முடி. நல்ல திடகாத்திரமான வளர்த்தி. ஊரில் பல கண்கள் தின்னும் காட்சி அவள். பட்டிணத்தில் வாழ்க்கைப் பட்டது குறித்து சந்தோசம்தான். சிலர் குப்புவின் நடத்தைப் பற்றிச் சொல்லியிருந்தாலும் அதையெல்லாம் அவள் நம்பவில்லை. குப்புவைப் பற்றியோ, அவள் வாழப் போகும் இடம் குறித்தோ, எதுவும் தெரியாது. காமாட்சி, கிராமத்தை விட்டு அதிக தூரம் எங்கும் போனதில்லை. அப்பா, அம்மாவுக்குத் தெரியாமலேயா இதையெல்லாம் செய்திருப்பார்கள் என்று நினைத்துக்கொண்டாள்.

காமாட்சிக்கு கோவிந்தனைப் பிடித்துவிட்டது. அவனின் திடகாத்திரமான உடம்பும், வெகுளிப் பார்வையும், பேச்சும். இங்கு வந்த புதிதில் அவளுக்கு ஒன்றும் விளங்கவில்லை. போகப் போக எல்லாம் புரிந்து அவள் வாழ்க்கைப்பட்டிருக்கும் பகுதி பற்றியும், குப்பு பற்றியும். அவளைத் தேடி வரும் ஆட்கள், பெண்கள், அவர்கள் பேச்சிலிருந்தெல்லாம் கண்டுகொண்டாள். கோவிந்தனுடன் வருபவர்களில் சிலர் அவன் எதிரிலேயே "செரியான குட்டியெ புட்சாந்திருக்காண்டா கோயிந்தங்" என்றதும் எரிந்தது அவளுக்கு. விழுங்கி விடுவது போல் அவர்கள், அவளைப் பார்க்கும் போதெல்லாம் வெறுப்பும் அதிகரித்தது. கோவிந்தன் அவளை, ராசாத்தி மாதிரிதான் வைத்துக்கொண்டான்.

தினமும் பூ, தின்பண்டம், பழம் என வாங்கி வருவான். அவளால் முடியவில்லை என்றால் ஓட்டல் சாப்பாடுதான். குழந்தையாய்க் குழைவான்.

ஒருநாள் குடிசை மூலையில் அழுதுகொண்டிருந்த காமாட்சியைப் பார்த்ததும் பதறிப் போனான், கோவிந்தன்.

“என்னா காமாட்சி? யின்னா ஆச்சி? ஆத்தா எதானா சொல்ச்சா? யாராச்சும் திட்னானுங்களா? யின்னான்னுதான் சொல்லேன்?”

“நாங் மோசம் போயிட்டேன். என்னாத்த சொல்ல? சாக்கடையில வந்து வுளுந்திட்டனே!” தலையில் அடித்துக் கொண்டாள்.

காமாட்சி உண்டாகியிருந்தாள். அவள் அழக்கூடாது என்று பதறினான். அவனுக்குப் புரிந்து போயிற்று.

“ஆத்தா பத்தி யாரானா ஏதாச்சும் சொன்னாங்களா? இதெ பாரூ, அது ரொம்ப நல்லது. என்ன இந்த நெலைக்கு ஆக்கன்தே அதான். நானு நல்லாருக்கனுன்னுதான், அது உன்ன கட்டினு வந்துச்சி. உன்னும் கொஞ்ச நாள் பொறுத்துக்கோ. வேற எடத்துக்காப் போயிடலாம். அதையும் எங்கியும் உடாத வச்சிக்கலாம். உன்னை நல்லபடியா வச்சிக்குனுன்னுதாங் ஆசை காமாச்சீ! உன்னுங் கொஞ்சம் நாள்ள ரிச்சா ஓட்டறத கூட உட்டுடப் போறன், வேற தொயில் பண்ணலான்னு கீறன். கொஞ்சங் கடனெ அடச்சீட்னானா, நீ சொல்ற மாதிரிதான். ஒன்னும் கவல வச்சிக்காதெ. இந்தெ சாக்கடையை உட்டு போயிர்லாம். இத்த ஒங்காலா நெனச்சிக் கேக்கறன், என்னிய நம்பு. ஆத்தாகிட்ட எத்தையும், இத்தப்பத்தி கேக்காதே.”

கையை இறுக்கமாகப் பற்றிக்கொண்டு, பரிதாபமாகப் பார்த்தான். காமாட்சி இளகிப் போனாள். ராத்திரி, படுக்கையில் கிடந்தபோது, “ஊருக்குப் போயீர்லாமா?” என்றாள் காமாட்சி. கொஞ்ச நேரம் கோவிந்தன் யோசனை செய்துகொண்டிருந்தான்.

“அங்க போயும் ஒளப்புதான? எனுக்குப் பயிர் வேலை யெல்லாந் தெரியாது. எல்லா கடமும் தீந்துனு வந்துட்சி, உன்னும் ஆயிரம் ரூபா தாங்கீது. அத்தெக் குடுத்துட்டா, பழக்கட வச்சிக்கலாம். பச்சாண்டுல தள்ளூ வண்டியில. தல்லாபுரம் பக்கமா கவுருமெண்டு மனை அளக்கராங்களாம். நூறு ரூபா குட்து, சொல்லீ வச்சிக்கீறன். கொஞ்சம் பொறுத்துக்க.”

அமைதியாகிவிட்டாள் காமாட்சி.

தாமு கூப்பிடுவதாகச் சொன்னபோது, நடுங்கிப் போனாள் காமாட்சி. உடம்பு இன்னும் சரிப்படவில்லை அவளுக்கு. கோவிந்தன் செத்த அன்றிலிருந்து குழந்தைக்குச் சரியாகப் பால் கொடுக்காது போய் மார் கட்டிக்கொண்டது. காய்ச்சல் வந்து விட்டது. குனிந்து நிமிர முடியாமலும், படுக்க முடியாமலும் அவதிப் பட்டாள். குப்பு, யாரோ ஒரு பெண்ணைக் கூட்டிவந்து பால் கட்டை எடுத்துவிடச் செய்தாள். குழந்தைப் பாதியாகி விட்டான். அவளும் அப்படியே கிடந்தால் என்ன செய்வது? என்னென்னவோ சொல்லி, தின்னச் செய்து, பால் கொடுக்கச் செய்து ஒருவாறு தேத்தி வைத்தாள். இன்று காலம்பர போனவள் குப்பு. இன்னும் காணவில்லை. முன்பெல்லாம் அவள் இங்கே படுப்பதில்லை. கோவிந்தன் போனதற்குப் பின் படுக்கை இங்குதான். அவள் இப்போது இல்லாதது மேலும் கலக்கம் தந்தது காமாட்சிக்கு. வந்தவன் இழுத்துப் போவான் போலிருந்தது.

"யின்னாமா இப்படி பயிப்பிடற? கோவிந்தன் விசயமா ஏதோ சொல்லணுமாம். உன் மாமியா கூட அங்கதாங்கீறா வாம்மா!"

கதவைச் சாத்திவிட்டு, குழந்தையைத் தோள்மீது போட்டபடி போனாள். கல்யாணம் கட்டியதிலிருந்து அவள் சேரிக்குள் சில முறைதான் போயிருக்கிறாள். நகரின் மேற்கு மூலையில் இருப்பது தாமரைக்குளம். சேரியின் துவக்கத்தில் பெரிய கடைகள் சாலையை ஒட்டியிருந்தன. தியேட்டர்கூட ஒன்று இருக்கிறது. அவற்றிற்குப் பின்னால் முஸ்லீம் தெரு. சேரியையும், அவர்களின் குடியிருப்பையும் பெரிய சாக்கடைக் கால்வாய் பிரித்தது. அதில் மழைக் காலத்தில் ஓடைபோல தண்ணீர் வந்து குடிசைகளில் நுழையும். மற்ற நேரங்களில் ஈ, கொசு, பன்றிகள் வாழும் இடமாக இருக்கும். சேரிக்குள் சிக்கலாக நாலைந்து தெருக்கள் இருந்தன. பெரும்பாலும் குடிசைகள். ஆங்காங்கே முளைத்த மாதிரி சில ஓட்டு வீடுகள். குடிசைகள் முன்பு சாக்கடைக் குட்டைகளும், குப்பைகளும், பன்றிகளுமாகக் கிடந்தன. மேற்குப்புறம் கண்டோன்மெண்ட். சேரியைச் சுற்றிலும் பெரிய சாலையைப் பார்த்த மாதிரி மாடி வீடுகள். கண்டோன்மெண்டைச் சுற்றிலும் ஏக்கர் கணக்கில் உயிர்வேலி முட்புதர்களும், பார்த்தீனியச் செடிகளும், மரங்களும் என மண்டிக் கிடந்தன. கண்டோன்மெண்டைப் பார்த்த மாதிரி கடைசியாய் இருந்தது தாமுவின். ஓடு போட்ட பெரிய வீடு. திண்ணையில் மூட்டை தூக்கிகள் மூன்று பேர் பீடி

பிடித்துக்கொண்டு உட்கார்ந்திருந்தனர். வீட்டுக்குள்ளே போனதும், மக்கல் நாற்றமும், சாக்கடை நாற்றமுமாகக் கலந்து அடித்தது. யாரும் இல்லை. முதல் அறையில் நுழைந்தாள்.

"எம்மா... எம்மோவ்."

குப்பு இல்லை. மனசில் கடப்பாரை இடிப்பதுபோல் அதிர்வு ஆரம்பித்துவிட்டது. வியர்த்தது. திரும்பிவிடலாம் என்றவுடன் நடைக் கதவு சாத்தியிருந்தது. வெளியே பேச்சு சத்தம் இல்லை.

"வா, காமாட்சி?"

உள்ளே வந்து, நாற்காலியில் சரிந்தான் தாமு. சாராய வாடை அறையைச் சூழ்ந்தது.

உதறலில் நடுங்கினாள். காந்த்தை இறுக்கிப் பிடித்தாள். முகம் வெளுத்துவிட்டது. நாக்கு வறண்டு உதடு ஒட்டிக் கொண்டது.

"கொளந்தைய அப்பிடி கடத்து. பேசணும். எம்மா நேரம் நிப்பே?"

ஓரமாய்க் கிடத்தினாள். குழந்தை தூங்கிவிட்டிருந்தான்.

"ஒம்புருசன் எங்கிட்ட அஞ்சாயிரம் ரூபா வாங்கியிருந்தான். அந்த ரிக்சா, நா வாங்கி தந்ததுதான். பாதிதான் தந்தான்."

"ஆயிர்ரூபான்னுதான் எங்கிட்ட சொல்லுச்சி. எப்படியும் தந்துடறோம். நா போறன். எங்க மாமியார்கிட்ட பேசிக்குங்க."

"இருமா! எப்பிடி தருவெ? அதல்லாங் ஒண்ணும் வாணா. நா சொல்றாப்புல கேட்டியானா போதும்!"

இறுக்கமாய் அணைத்தன கைகள்.

"அய்யோ! வானாங்க!" காலில் விழுந்தாள். சத்தம் போடலாம். மானம் போகுமே. இங்கே யார் இருக்கிறார்கள் தனக்காகக் கேட்க. தாமு சேரிக்கே தலைவன். போலீஸ், அரசியல் என்று சகல மட்டங்களிலும் செல்வாக்கு உண்டு. குப்புகூட மாசா மாசம் அவனுக்கு மாமூல் கட்டுவதாய் சொல்லிக் கேட்டிருக்கிறாள். அவன் நினைத்தால் ஆளையே தீர்த்துவிடுவான். அவனின் கையாட்களும் அப்படித்தான்.

“நீங்க எனுக்கு அண்ணன் மாதிரிங்க.”

அசிங்கமாய்ச் சிரித்தான்.

“அண்ணான்றவளெத்தான் அன்னிக்கே... பயிப்படாத, நம்மால படுக்கவெல்லாம் முடியாது. ஒரு தபா சண்டையில அடிவவுத்துல கீசிட்டானுங்க. டாக்டரு பலானதல்லாங் வாணான்னுட்டாரு. அதனால...” காமாட்சியின் தலைமுடியைக் கொத்தாய்ப் பற்றி இழுத்து, அவள் முகத்தை தன் தொடைகளை நோக்கி அழுத்தினான்.

குடிசைக்கு எப்படி வந்து சேர்ந்தாள் என்று அவளுக்கே தெரியவில்லை. காந்த்தைக் கிடத்திவிட்டு, ஓடிப்போய் வாந்தி எடுத்தாள். வாயை அழுத்தி அழுத்திக் கழுவினாள். வாய்மீது ஓங்கி ஓங்கி அடித்துக்கொண்டாள். உடம்பெல்லாம் புழு நெளிந்தது. அவமானமும், இயலாமையும் பிடுங்கித் தின்றன. குடிசையின் மூலையில் பிணமாய் விழுந்து தரையில் தலையை முட்டிக்கொண்டு அழுதாள். குழந்தையும் கதறினான்.

இரண்டு நாட்களாய் அவளுக்குச் சாப்பிடப் பிடிக்கவில்லை. சாப்பாட்டை வாயருகில் கொண்டு போனால், நினைவுகள் வந்து ஓக்களித்தது. காறிக்காறி தொண்டை வறண்டு, துப்புவதற்கு எச்சில் இல்லாமல் போய்விட்டது. சதா அழுகைதான்.

கல்யாணமான இரண்டு வருடத்துக்குள் பாம்பு கடித்து தவமணியும், நோயில் விழுந்து சுப்பனும் போய்விட்டார்கள். அப்பனுக்கு ஏற்கெனவே கெசை. கோழை, கோழையாய்த் துப்பிக் கொண்டிருந்தான். சவத்தைச் செலவு செய்து எடுத்து, ஆட்களை மூக்கின்மேல் விரலை வைக்கச் செய்துவிட்டான் கோவிந்தன்.

‘புள்ள இல்லாத கொறையைத் தீத்துவிட்டதாக’ தவமணிக்கு ஏகப் பெருமை. அப்பன் போன கையோடு, தன்னோடு வந்து இருக்கும்படி கூப்பிட்டும் போகாமல் காமாட்சியின் பேச்சைத் தட்டி விட்டாள்.

“கையி ஒளச்சாக் கஞ்சி. நா இங்க இருந்து எங்கியும் வர்றதா இல்லை. ஆத்தா கீறாளேன்னு அப்பப்ப வந்துப் போயினு இரு. நா ஒஞ்சி சலிச்சா உங்கிட்ட வரன். இந்த வயிசான காலத்துல நான் எங்கியும் வந்து அலய மாட்டேன்.”

தவமணி ரோசக்காரி. வெடுக்வெடுக்கென வெட்டிப் பேசிவிடுவாள். காமாட்சி பதில் பேசவில்லை. அவளை விட்டு வந்து நாலு மாதத்துக்குள் பாம்பு கடித்து செத்துப்போனாள் தவமணி. அவளையும் அப்படியே எடுத்துப்போட்டான் கோவிந்தன். அந்த இரண்டு பேருடன் ஊர் சொந்தமும், உறவும் அற்றுப் போனது. யாரிடமும் போய் அமர்ந்து உட்காரும்படி இல்லை.

"நாதியத்துப் போனேனே. கதியத்துப் போனேனே... ஆண்டவா."

"உனுக்கு கண்ணில்லையா. அய்யோ! அனாத ஆயிட்டனே. கடவுளே, கடவுளே..."

குப்புவைக் கூட்டிக் கொண்டு எங்காவது போய்விடலாம் என்றால் இப்படி ஆனதே என்று அழுதாள். தலையில் மாறிமாறி அடித்துக்கொண்டாள். குடிசை வனாந்தரமாய்த் தெரிந்தது. படபட வென ஒத்தை ஈர்க்காய் அலைந்தாள். மனம் நடுங்கியது. செத்து விடலாம் என முடிவெடுத்தாள். குழந்தை அழுதவுடன் வாரி எடுத்து பால் புகட்டத் துவங்கினாள். "அண்ணி!" என்று நுழைந்த பட்டினத்திடம் டீ வாங்கி வரச் சொன்னாள்.


"**வெ**ய் சார் வெய். அஞ்சு வச்சா, பத்து, பத்து வச்சா, இருவது. அம்பது வெச்சா, நூறு. வெய் சார் வெய்!"

கத்திக் கத்திக் கூப்பிட்டான் முனியாண்டி. மத்தியான வெயில் சுரீரென்று காய்ந்தது. ஆண்களுக்கு டிக்கட் கொடுக்கும் இடத்துக்குப் பக்கத்தில் உட்கார்ந்திருந்தான். முன்னால், போஸ்டரை மடித்துப் போட்டு பரப்பியிருந்தான். மூன்று சீட்டுக் கட்டு அட்டைகளை வேக வேகமாக மாற்றினான்.

அது தியேட்டரை ஒட்டிய சந்து. புதுப்படம் ரிலீஸ் செய்திருந்தார்கள். நல்ல கூட்டம். முனியாண்டியைச் சுற்றிலும் கூட்டமிருந்தது. வேடிக்கை பார்ப்பவர்களில் சிலர், சீட்டுக்களின் மேல் காசு வைத்து ஆடினார்கள். காசு வைக்கும் சீட்டைத் திருப்பினால் படம் வரவேண்டும். அப்படியென்றால், சொன்னபடி காசு. பின்புறம் வெள்ளையாக இருந்தால் போச்சு. கண் இமைக்கும் நேரத்தில் வேகமாகச் சீட்டுகளை மாற்றினான் முனியாண்டி.

காசு போட வைத்திருந்த காலி டப்பாவைத் தட்டி, கூவி அழைத்தான். பணம் வைத்து ஆடியவர்களில் ஒருவன் மட்டும், பத்து வைத்து இருபது வாங்கினான். மற்றவர் யாரும் ஜெயிக்கவில்லை. காசு வைத்து ஜெயித்தவனும், மற்றவர் சிலரும் முனியாண்டியின் கூட்டாளிகளே என்பது, அங்கே பலருக்குத் தெரியாது.

சிலர் பணம் வைத்துத் தோற்றனர். கூட்டத்தின் பக்கமாய் ஒருவன் நின்று நோட்டம் விட்டுக்கொண்டிருந்தான். சட்டைப் பையிலிருந்து பால் பாயிண்ட் பேனாவை எடுத்து அதன் மைக் குழலைக் கழற்றினான். எழுது முனையைப் பிடுங்கிவிட்டு வாயில் வைத்து ஊதினான். கசிந்த மையை, ஆள் காட்டி விரல் நகத்தில் பூசிக்கொண்டான். அந்த நகம் அழுக்கேறி நீண்டு வளர்ந்திருந்தது. கூட்டத்தை விலக்கி வந்து முனியாண்டியின் முன் வாகாய் நின்று கொண்டான்.

சுற்றிலும் நோட்டம் விட்டபடியே, சட்டைப் பையிலிருந்து பத்து ரூபாயை எடுத்து, ஒரு சீட்டின்மீது சுட்டினான். ஆள்காட்டி விரல் நகத்திலிருந்த மை இலேசாக, அந்த அட்டையில் ஒட்டியது. ஜெயிப்பு இல்லை. போக்குக் காட்டி நோட்டம் விட்டான். கொஞ்ச நேரங்கழித்து, கறைபட்ட அட்டை தெரிந்தது. சட்டென இன்னொரு ஐந்து ரூபாய்த் தாளை எடுத்து இன்னொரு அட்டையில் கட்டினான். அதிலும் மைக்கறை ஒட்டிக் கொண்டது. முனியாண்டி வேகமாய் அந்த அட்டையைத் திருப்பிப் போட்டான். ஜெயிப்பு இல்லை.

ஆடியவன் நோட்டம் விட்டுக்கொண்டே இருந்தான். கொஞ்ச நேரங்கழித்து இப்போது, இரண்டு மைக்கறைப் பட்ட அட்டைகளும் தெரியும்படி அமைந்திருந்தன. ஐம்பது ரூபாயை எடுத்து கறையில்லாத அட்டைமீது கட்டினான். முனியாண்டிக்குத் திடுக்கென்றது. யார்ரா இவன் நோட்டம் பார்த்தபடியே அட்டையைத் திருப்பிப் போட்டான். ஜோக்கர் படம். ஜெயிப்பு.

“நூறு ரூபா குடுப்பா.”

முனியாண்டி ‘டபாய்க்க’ தொடங்கிவிட்டான்.

“டேங்.. கோ.. நானுங் அப்பம்புட்சி பாத்துனுகீறன், இன்னாடா மொறக்கீற?”

கூட்டத்தில் இருந்த அவன் கூட்டாளிகளில் ஒருவனையே கோபத்துடன் தள்ளிவிட்டான். கூட்டம் கலைந்தது. சலசலப்பு. ஜெயித்தவன் விடவில்லை. பணம் கேட்டுக்கொண்டேயிருந்தான்.

"யின்னா சார்? திரும்பியும் ஒரு தபா வெய்யீ நாஞ் செரியா பாக்கல!"

"யின்னாத்த பாக்கல? கண்ணுல எவுந்து இருந்துச்சி? நோத்தா எட்றா துட்டே!"

ஜெயித்தவன் முனியாண்டியின் முகத்தில் ஒரு குத்து வைத்தான்.

கூட்டாளிகள் உஷாராகி சேர்ந்துகொண்டு அவனை பதிலுக்குக் குத்தினார்கள்.

முனியாண்டி, சுதாரித்துக்கொண்டு எழுவதற்குள் அவன் தப்பித்து ஓடினான்.

"டேய், நோகோத்தா! நில்றா! உடாதடா அவன!"

கூட்டாளிகளுடன் ஓடினான் முனியாண்டி. ஓடியவன் தியேட்டருக்குள் புகுந்துகொண்டான். கூட்டம் அதிகமிருந்தது. முதல் வகுப்புச் சீட்டு தரும் இடம், முனியாண்டியும், அவன் கூட்டாளிகளும் மும்முரமாய்த் தேடினார்கள்.

"காணுன்டா."

"ங்கோத்தா! எங்கப் பூடுவான்? உள்ளதான் இருப்பான். நல்லா குறிப்பா பாரூ!"

"இன்னிக்கு அவனெ போட்றதேடா. படம் போடுட்டும். உள்ள பூந்து தேடலாம். டே, நீ போயி, தாமண்ணனை கூட்டியா."

படம் தொடங்கிவிட்டது. தாமுவும், முனியாண்டியும், கூட்டாளிகளும் உள்ளே போனார்கள். தாமுவும், முனியாண்டியும் முன் பெஞ்சில் உட்கார்ந்துகொள்ள கூட்டாளிகள் நோட்டம் விட்டுக்கொண்டிருந்தனர். அவர்களுக்கு டிக்கட் கிடையாது. தியேட்டர் முதலாளிதான், மாதா மாதம் மாமூல் தாமுவுக்குத் தர வேண்டும். தவறினால், வீண் கலாட்டா தினமும் நடக்கும். படம் ஓடாது. தியேட்டர் பொருட்களும் உருப்படியாய் இருக்காது.

படம் ஒரு ரீல் போயிருக்கும். தியேட்டரின் ஆபீசுக்குள்ளிருந்து அவன் வெளியே வந்தான். முதலாளி சொன்னார்.

"பாத்துடா, கச்சிதமா முடி. அவந் தொல்லை தாங்கல. காரியம் முடிஞ்சதும் தப்பிச்சிரு. ஆப்புட்டுக்கப் போற. பேஜாராயிடும்."

அவன் உள்ளே போனான்.

"டேய் தாமு ஏழ்றா."

பின்னாலிருந்து தோள்மீது ஒரு கை விழுந்து தூக்கியவுடன், தாமு கலவரத்தில் எழுந்து யாரென்று திரும்பிப் பார்த்தான். தாமுவின் அடிவயிற்றில் பெரிதாய் ஓர் அறுப்பு விழுந்தது. குடலெல்லாம் வெளியே கொட்டச் சரிந்தான்.

முனியாண்டி, ஆவேசமாய் ஓடிவந்து கோவிந்தனைக் கூப்பிட்டான். காமாட்சி சாப்பாடு போட்டுக்கொண்டிருந்தாள்.

"டேய், தாமண்ணணை அறுத்துட்டானுங்க. ஆஸ்பத்திரிக்கு போய்கீது, நம்மாளுங்க போலாம் ஏழ்றா. தியேட்டரு இன்னிக்கு அவ்ளோதான்."

காமாட்சிக்கு ஒன்றும் புரியவில்லை.

கோவிந்தன் சாப்பிடுவதை விட்டு எழுந்து ஓடிப்போய் கை கழுவினான். கூரையில் சொருகி வைத்திருந்த சைக்கிள் செயினையும், சைக்கிள் கிராங் வீலையும் எடுத்து முனியாண்டியிடம் தந்தான். கிராங்கின் ஒரு பக்கத்துப் பல்லையெல்லாம் எடுத்துவிட்டு வாகாய் பிடித்துக்கொள்ளும்படி இருந்தது.

"இந்தாண்ணே! எடுத்துக்கினு போ! இதொ வந்துர்றேன்."

முனியாண்டி போனப்பிறகு, காமாட்சியைப் பார்த்து சிரித்தான் கோவிந்தன்.

"தாயோளிங்க! இதே வேல, அறுத்துனு சாகட்டும். எவனாச்சும் வந்தான்னா இல்லேன்னு சொல்லீடு."

கதவோரம் மறைப்பாய் போய் போர்த்திக்கொண்டு படுத்தான். அப்பாடா என்றிருந்தது காமாட்சிக்கு. கோவிந்தன் எதிலும் கலக்கவில்லை என்று அவன்மீது கோபம் என்பதாக தாமுவை அறிந்தவர்கள் பேசிக்கொண்டார்கள். தாமு தேறியதே பெரிய விசயம். அதுவே பெரிய பேச்சாய் இருந்தது. தாமு அறுபட்ட அன்றே தியேட்டரின் சீட்டுகளையும், திரையையும் கொளுத்தி துவம்சம் செய்துவிட்டார்கள் தாமுவின் கூட்டாளிகள்.

இப்போது அவன், தன்னை இப்படியெல்லாம் செய்வதற்கு அந்தக் கோபம்தான் காரணமாய் இருக்குமோ என்று எண்ணினாள் காமாட்சி. கூடவே, தன் உடம்பு மேலும் அவளுக்குக் கோபம் வந்தது. 'ஏன்தான் நாம் இப்படி வந்து பிறந்தோமோ. ஒரு நோஞ்சானாய்ப் பிறந்திருக்கக் கூடாதா?' என்று நினைத்தாள்.

குப்புவைத் திடீரென்று காணவில்லை. தாமு கூப்பிட்டனுப்பிய நாளிலிருந்து அவள் வரவில்லை. என்ன ஆயிற்று என்றும் தெரியவில்லை. காலையில்தான், சின்னத்தாய் சொன்னாள். குப்பு உள்ளே போயிருப்பதாய். இன்றோடு மூன்று நாட்கள் ஆகிவிட்டன. சின்னத்தாய்தான் துணைக்கு வந்து படுத்துக்கொள்வது. பட்டினமும் இருக்கிறான். ஆனாலும் அவளுக்குப் பயமாகவே இருந்தது. பட்டினம் காலையில் எழுந்துபோனால் மத்தியானம் தின்ன வருவான். பிறகு இரவுதான். பஸ் நிலையத்தில் பழம் விற்பதுதான் அவன் வேலை. ஒவ்வோர் பஸ்ஸாக ஏறி இறங்கி விற்றுக் கொடுத்தால் பழக்கடைக்காரன் பத்து ரூபாய் தந்து அனுப்புவான். பழக்கடைக்காரனும் தாமரைக்குளம் மாயாண்டிதான். அவனுக்குப் பல தொழில்கள். பட்டினம் சில நேரங்களில் பழங்கள் கொண்டு வருவான். ஏமாற்றி எடுத்துவருவதும் உண்டு. அவனுக்கு காமாட்சியிடம் பிரியம் அதிகம். அன்று பட்டினத்தை நிறுத்திவிட்டாள். அவன் பழம் விற்கப் போகவில்லை. சோற்றுக்கு வழி தெரியவில்லை. இருந்த காசெல்லாம் தீர்ந்து போனது.

திரும்பவும் அன்று சாயங்காலமாய், தாமு கூப்பிடுவதாய் ஒருவன் வந்து நின்றான்.

“உன் மாமியா துட்டு குட்த்து அனுப்பிக்கிறாளாம். டேசன்ல தான் கீறாளாம். நாளைக்கி போயீ இட்டார்றாராம் அண்ணன். அதுக்குப் பேச நீயி வர்ணும்னாரு. வாம்மா.”

குப்பு இனியும் வரவில்லையென்றால் பயத்திலேயே செத்து விடுவாள். மனப்போராட்டமாக இருந்தது. வேறு வழியும் தெரியவில்லை. காந்த்தை பட்டினத்திடம் பார்த்துக்கொள்ளச் சொல்லிவிட்டு, இரண்டு மனதுடன் போனாள். போனபோது தாமு நூறு ரூபாய் தந்தான்.

“இவுனுங்க கூப்புட்ற எடத்துக்குப் போயிட்டு வந்துடு. ஒங்க மாமியாள நாளைக்கு கூட்டியாந்துர்றேன்.”

“கொளந்தையும், பட்னமும் வூட்லதானே கிறாங்க? நா பாத்துக்கீறன்.”

“...”

“போ! கொளந்தையெ நெனச்சீனு போ! அது கீனும் இல்ல?”

"பெரிய ஆளு, ஆளுங்கட்சி, நெறைய வேல ஆவுனும். ஊட்டு மனையெல்லாங் கேட்டுக் கீறன்."

"..."

"கொளந்தையெ நெனச்சினு போமெ!"

விஷமமாய்ச் சிரித்தான். அவள் யோசிப்பதற்குள், தள்ளிக் கொண்டுப் போய் தயாராய் நின்ற ஆட்டோவில் திணித்தார்கள்.

காமாட்சி அன்றோடு செத்துவிட்டதுபோல் உணர்ந்தாள். வீட்டுக்கு வந்தபோது அவள் உடம்பு மேலேயே அவளுக்கு வெறுப்பு வந்தது. நாய் போலக் குதறினான் கிழவன். உடம்பு முழுதும் மலம் பூசியிருப்பதுபோல அருவருப்பு. கோவிந்தனுக்குத் துரோகமிழைத்த குற்ற உணர்வு. கிழவன் வெறியில் பீறிய வலியும், மன வலியும் அதிகமானது. அவள் மீதும், வாழ்க்கை மீதும், மனிதர்கள் மீதும், எல்லார் மீதும் வெறுப்பு. அடை மழையில் குமுங்கிய குடிசையாய் ஆனாள்.

குப்பு வந்துவிட்டாள். குழந்தையை எடுத்துக் கொஞ்சினாள். காமாட்சியிடம் ஆதரவாய் பேச்சுக் கொடுத்தாள்.

"எம்மாடி, என்னெ மன்னிச்சிர்றா. உன்னெ இப்பிடிப் பண்ணிட்டனே! எப்பிடி இருந்த? பட்னங்கூட இருந்தானா? சின்னத்தாயிகிட்டச் சொல்லிட்டு போனனே வந்தாளா?"

மூக்குறிஞ்சினாள். அவள் உடம்பு ஒடுங்கிப்போய் இருந்தது. முகம் பொம்மி ஊதல் கண்டு, மினுமினுத்தது. காமாட்சிக்கு அவளைக் கண்டதும்தான் உயிர்ப்பு வந்தது. கூடவே வெறுப்பாகவும் இருந்தது. அவளிடம் எல்லாவற்றையும் சொல்லி அழுதாள்.

"எம்மாடி! இப்படியா ஆச்சி! எந் தூமெ. இப்படிப் பண்ணிட்டானே! நா பாவி! நா பாவி! நா பாவி!" தலையில் அடித்துக்கொண்டாள் குப்பு. திடுமென காமாட்சியின் காலைப் பிடித்துக்கொண்டாள்.

"என்னெ மன்னிச்சிடு தாயீ!"

அழுகைப் பெருக்கெடுத்தது. தாமுவைப் பலவாறு சபித்தாள். தன் கனவுகளும் ஆசைகளும் நொறுங்கிப் போனதாய் அழுதாள்.

“அளாத எம்மா. காமாட்சி செத்து பூட்டா! இந்தப் புள்ளைக் கோசரம் உசுரோட கீறா. வுடு!”

மரத்துப்போன தொனியில் உறுதியாய்ச் சொன்னாள் காமாட்சி.

சின்னத்தாயி வீட்டில் காமாட்சியும், குப்புவும் உட்கார்ந்து கொண்டிருந்தபோது, ரெய்டுக்கு வந்துவிட்டார்கள் போலீஸ்காரர்கள்.

ராத்திரி எட்டு மணி ஆகியிருந்தது. தடதடவென குடிசைகளில் நுழைந்து அகப்பட்ட பெண்களையெல்லாம் நெட்டித் தள்ளி வந்து வேனில் ஏற்றினார்கள். மிரண்டு போனாள். குப்புவும்கூட இருந்தாள். குழந்தையைப் பட்டினம் வெளியே எடுத்துப் போயிருந்தான், விளையாட்டுக் காட்ட.

போலீஸ் ஸ்டேசனில் இறக்கிவிட்டதும் திமுதிமுவென்று நுழைந்தவர்களை “வாங்க! வாங்க!” என்றான் இன்ஸ்பெக்டர்.

“வா யசோதா! என்னா ஒரு மாசமா இந்தப் பக்கமே காணும்? நாங்கள்லாம் எப்படிப் பொழைக்கிறதாம்?”

வாக்கப்பில் முண்டியடித்துக்கொண்டு போய் உட்கார்ந்தார்கள். காமாட்சி எல்லாரையும் பார்த்தாள். ஒருத்தியின் முகத்திலும் எந்தச் சலனமும், மிரட்சியும் இல்லாதிருப்பது அவளுக்கு ஆச்சர்யமாய் இருந்தது. யசோதா எழுந்துபோய், கொஞ்சநேரம் பொறுத்து உள்ளே வந்தாள். எல்லோருக்கும் டீ வந்தது.

“குடியெம்மா! ஒண்ணும் பயிப்புடாதே! நாங்கல்லா இல்லே! பட்டப் பகல்ல போறவளுக்குத் தட்டுகூட மறப்பெதுக்கு. நம்ம தொயிலுக்கு இதெல்லாம் சகஜம்!” காமாட்சியைப் பார்த்துச் சொன்னாள் யசோதம்மாள்.

கொஞ்சநேரங் கழித்து இன்ஸ்பெக்டர் வந்தார். நோட்டம் விட்டவர் கண்களில் காமாட்சி சிக்கிக்கொண்டாள்.

“இது யாரு, புதுசா கீது?”

“தொயிலுக்குப் புச்சு. பாவம் வவுத்துப்பாட்டுக்கு வந்துட்டா. புள்ளக்காரி.” அவசரமாய் குப்பு சொன்னாள்.

“அடித் தேவுடியாளே! தொழிலுக்கு வந்துட்ட பிறகு புதுசென்னா பழசென்னா...? யேய்! இங்க வாமே!”

“வானாய்யா!” குப்பு அவசரமாய் அவன் கால்களைப் பிடிக்க வந்தாள்.

“அடிங்! மூடினு இருடி. வுட்டன்னா இங்கியே பூடுவே. கேசு எளுதிடுவேன்!”

போலீஸ்காரன் ஒருவனைக் கூப்பிட்டு, பக்கத்து லாக்கப்புக்கு காமாட்சியைக் கூட்டிப்போகச் சொன்னான் இன்ஸ்பெக்டர்.

“அய்யோ எம்பட்ட! அநியாயம் பண்றானுங்களே!”

குப்புவின் முகத்தில் பூட்ஸ் காலால் ஒரு உதை விழுந்தது. அவள் சுருண்டாள்.

“மண்ணு துண்றத மனுசன் துண்ணா என்னாடி? ஆத்துல போறத் தண்ணி! ஆளுக்கொரு கையீ! பெரிய பத்தினியாட்டம் பேசறா. வாயெ ஒடச்சிடுவேன்!”

காமாட்சியின் இரண்டு கைகளையும் பின்னால் இழுத்துப் பிடித்துக்கொண்டான் ஒரு போலீஸ்காரன். இன்ஸ்பெக்டர், அவள் வாயில் கஞ்சா நிரம்பிய ஒரு சிகரெட்டை வைத்துக் கொளுத்தினான். காமாட்சி திமிறினாள்.

“குட்றீ... ம்.. இழு...”

முடியைப் பற்றிக் கீழ்நோக்கி இழுத்தான். ஆழமாய் ஒரு இழுப்பு. திக்குமுக்காடிப் போனாள். கிறுகிறுவென்று தலை சுற்றியது. முதுகில் மேலும் ஒரு குத்து விழுந்தது. மேலும் ஒரு இழுப்பு இழுக்கச் சொன்னான். மயங்கிவிட்டாள் காமாட்சி.

இன்ஸ்பெக்டர் எழுந்து நின்று சட்டையைக் கழற்றிப் போட்டான்.

“யோ, நீ போயிட்டு அப்புறம் வாய்யா!” சொல்லிக் கொண்டே இடுப்பு பெல்ட்டை தளர்த்தி, பேண்டை அவிழ்க்கத் தொடங்கினான்.

தாமு வந்து எல்லோருக்கும் காசு கட்டி கூட்டி வந்துவிட்டான். சிலரை மட்டும் முறைக்காக கேசு எழுதி நிறுத்திக்கொண்டனர். வழியில் குப்பு புலம்பிக்கொண்டே வந்தாள். போலீஸ்காரர்களைத் திட்டினாள். காமாட்சிக்கு முகம் வெளுத்துப்போய் இருந்தது. உடம்பு அடித்துப் போட்டதுபோல் வலித்தது. தலைசுற்றல் நிற்கவில்லை. போதை தெளியாதவள் போலிருந்தாள்.

வரும்போது இன்ஸ்பெக்டரும் போலீஸ்காரர்களும் அவளைப் புதுசாய் பார்ப்பதுபோல் இளித்தது எரிச்சலாய் இருந்தது. எல்லார் முகத்திலும்

நமுட்டுப் புன்னகை. வந்த பின்பு நாலைந்து நாளுக்கு அவளுக்கு உடம்பு வலி போகவில்லை. ஆனால், மனது மட்டும் இறுகிப் போய்விட்டது.

"**ஏ**ய் காமாட்சி, நீ எப்பனாச்சும் தண்ணி அட்சிக்கீறியா?"

கேட்டுவிட்டு மாரியப்பனைப் பார்த்துக் கண்ணடித்தான் முனியாண்டி. அடுப்புமேல் இருந்த சோற்றை வடித்து, கீழே வைத்து, குலுக்கி தேக்சா வாயைத் துடைத்தாள் காமாட்சி. தட்டுக் கூடையைத் தட்டி எடுத்து வைத்தாள். சோற்று தேக்சாவைத் தட்டால் மூடி சுவர் மூலையில் பிரிமனைமேல் தூக்கி வைத்தாள். அடுப்பில் நெருப்பு கொழுந்துவிட்டு எரிந்தது. குந்தின வாக்கிலேயே கொஞ்சம் நகர்ந்து, தண்ணீர் இருந்த தேக்சா ஒன்றைத் தூக்கி அடுப்புமேல் வைத்தாள். முந்தானையால் முகத்தைத் தடவிக்கொண்டு 'உஸ்' என்று விசிறியபடி வந்து உட்கார்ந்தாள்.

"என்னா கேட்ட."

"நீ எப்பனாச்சும் தண்ணீ அடிச்சிக்கீறியா."

"உம். அடிச்சிக்கிறனே. அடிக் கொளாயில்!"

"ஏ! ஜோக்கா அடிக்கிறே! மெய்யா சொல்லு!"

"இல்ல!"

"இப்ப அடிக்கிறியா?"

இன்னொருமுறை மாரியப்பனும், முனியாண்டியும் கண்ணடித்துக் கொண்டார்கள் ஒருவரை ஒருவர் பார்த்து.

"அய்யய்யோ, வேணாம்பா! டேய் பட்டினம் வாடா இங்க!"

முனியாண்டி குந்தின வாக்கிலேயே சுவருக்குச் சாய்ந்து இருந்தான். ஜோப்பியிலிருந்து பீடி ஒன்றை எடுத்துப் பற்றவைத்து இழுத்தான். இரண்டாவது இழுப்புக்கு இருமினான். பீடிப் புகை வீடு முழுக்கப் பரவியது. காமாட்சி இடுப்பில் சொருகியிருந்த முந்தானையை எடுத்து ஓரத்தில் இருந்த முடிச்சை அவிழ்த்து சில்லறையைத் தேடினாள். பட்டினம் ஓடி வந்தான்.

"என்னா அண்ணீ!"

"இந்தா, சொம்பு எடுத்துனு போயீ ரெண்டு டீ வாங்கீயா. புள்ள எங்க?"

"ஆத்தா வச்சினு கீது!"

"இதா... தா... டீ வாணாம். நீ போடா." பட்டினம் ஓடினான்.

"இந்தா காமாட்சி. இன்னிக்கு நா தருவிச்சி தரேன். அடிச்சிப் பாரு. ஏன்னா நீ கீற தொயிலு அப்பிடி. கண்டவன் வர்றான். ஒடம்பு வலி. இதெ அடிச்சி பாரு காத்துல பறக்குவ!"

முனியாண்டி மாரியப்பனைப் பார்த்து ஒரு மாதிரி தலையாட்டி விட்டு, "டேய்! உன்னும் ஏன்டா அத்தெ மறச்சீனு கீற? எடுத்து குடுறா!" என்றான். மாரியப்பன் லுங்கியை ஒதுக்கிவிட்டு, உள்ளே போட்டிருந்த டவுசரின் இரண்டு பக்கப் பையிலிருந்தும் இரண்டு பாட்டில்களை எடுத்து வைத்தான். சட்டென்று பனியனுக்குள் கைவிட்டுப் பொட்டலம் ஒன்றை எடுத்து வைத்தான்.

"பிரியாணி! உனுக்குன்னே வாங்கியாந்தேன்!"

இருவரும் கிளாஸ்களை எடுத்து ஊற்றினார்கள். காமாட்சிக்கு இரண்டு மனதாய் இருந்தது. நேற்றுதான் முனியாண்டியிடம் கந்து வட்டிக்கு இருநூறு ரூபாய் வாங்கியிருந்தாள். வேண்டாம் என்றால் என்ன சொல்வானோ. மேலும், குடிக்கலாமா என்றும் ஒரு எண்ணம்.

"இந்தாமெ, ஒன்னும் நெனைக்காத, எப்படியோ இருந்தவ. இந்தத் தொயிலுக்கு வந்துட்ட. அப்பார்த்திக்கு இது மட்டும் இன்னா? அடிச்சிடு."

காமாட்சி கையில் கிளாசைத் திணித்தான். பட்டை நெடி குப்பென்று அடித்தது. வாந்தியெடுப்பதுபோல் குமட்டினாள்.

"அப்பிடிதான் இருக்கும்... வாயில வெச்சா அப்பார்த்திக்கு எடுக்கக் கூடாது. ஒரே மூச்சா அடிச்சிடு."

"ம் அப்படித்தான்" என்றான் முனியாண்டி. பொட்டலத்தைப் பிரித்து பிரியாணியை நீட்டினான்.

"எடுத்துடப் போற. இந்தா, இந்தா, அள்ளி வாயில போடு.

கறியும், சோறுமாக ஒரு குத்து அள்ளி வாயில் போட்டு மென்றாள். கொஞ்ச

நேரத்தில் ‘ஒவ்’ என்று இதுவரை அவள் அறியாத கொடூர சுவையுடனும், நாற்றத்துடனும் ஏப்பம் வந்தது. தொண்டையில் கரகரவென்று இறங்கி, வயிற்றிலே போய் அனலாய் விழுந்து கிளம்பி அடங்கி, முறுக்கேற்றியது அவள் உடம்பை. காமாட்சி சிலுப்பு சிலுப்பினாள். திரும்பவும் ஒரு கிளாஸ் குடித்தாள். பிரியாணியை மீண்டும் தின்ன ஆரம்பித்தாள். முனியாண்டிக்குச் சிரிப்பு.

“எப்பிடி கீது? இனிமே தெனமும் நானே வாங்கியாறேன்!”

“காமு... ஒரு தடம் பார்ட்டி கேட்டுக்கீது. பேட்டை மைதானம் பக்கம். காலேஜ் பசங்களாம். அட்வான்ஸ்கூட வாங்கிட்டேன். உன்னெ நம்பி. அதுலதான் இதெல்லாம் வாங்கியாந்தேன். இந்தா. இத்தெ வய்யி. சட்டு புட்டுன்னு போயிட்டு வந்துடலாம்.”

“என்னெ கேக்காத ஏன் அட்வான்சு வாங்கனே? நா... வல்ல. நேத்தே ஒரு கும்பல்ல மாட்டீனு தண்ணீ வாங்கீட்டேன். பெண்டு நிமிந்துடுச்சி. பாத்ததுல்ல போலிருக்கு, தொவச்சி புட்டானுங்க! ஒடம்பெல்லாம் வலிக்கிது.”

“இந்த ஒரேவாட்டி தாமே. மீற்ற பணத்துல நீயே, எதுனா பாத்துக்குடுத்தியான போதும். நேத்து மாதிரி இருக்காது. எல்லாம் சின்ன பசங்க. கசங்காமெ வந்துடலாம்.”

நடக்கும்போது புலம்பிக்கொண்டே வந்தாள். போதை அதிகமாக ஏறிப் போயிருந்தது. தள்ளாடினாள். ஸ்டேடியத்தில் நுழைந்து, வேலி தாண்டி, பூங்காவுக்குள் போனார்கள். ஒரு மரத்தடியில் உட்கார வைத்தார்கள்.

“என்னா காமாட்சி, ஏறி பூட்ச்சா” என்றபடி மேலும் வலுவாய் அவள் வாயில் ஊற்றினான் முனியாண்டி. மெதுவாய் நடைபழக்கி பேட்டை மைதானத்துக்குக் கூட்டிப் போனார்கள். அகழிப் பக்கம் இறங்கினார்கள். இரண்டு இடத்தில் விழுந்தவளைத் தூக்கி ஒரு மாதிரி கூட்டிப் போனார்கள். மூன்றாவதாய் விழுந்த இடத்திலேயே விட்டுவிட்டார்கள். இடமும் தோதானதாய் இருந்தது. அந்த இடத்திலிருந்து உட்கார்ந்து பார்த்தான். ரோடு தெரியவில்லை. கோமதி மாளிகை மாடி மட்டும் தெரிந்தது. மைதானம் தாண்டி, பெரிய லைன். திருவண்ணாமலை ரோடு மும்முரமாய் இருந்தது. விளக்குப் போட்டுவிட்டார்கள் சில கடைகளிலே. பொழுது சாய்ந்து வந்தது.

“டேய் போயீ சீக்கிரமா ஆள புடிடா. கிருஷ்ணாவுல செரியான படம் போட்டுக்கிறான்ல. பிட்டு பாத்துட்டு அவனவன் வருவான் பாரு மடக்கு.”

முனியாண்டி மாரியப்பனை முடுக்கினான். உட்கார்ந்து பீடி பற்றவைத்து இழுத்தான். அகழிக் கரையில் புதரும் மரமுமாக வளர்ந்து பேட்டை தெரியவில்லை. ஆங்காங்கே மலம் கழித்து வைத்திருந்தார்கள். பீடியை பல்லில் கடித்து இழுத்தபடி காமாட்சியை வாகாய் வைத்தான். அவள் நிலவரமில்லாமல் மரக் கட்டையாய் கிடந்தாள்.

"அண்ணே! செம பார்ட்டிங்கண்ணே!"

மாரியப்பன் ஓடி வந்தான். முனியாண்டி எழுந்து பார்த்தான். எல்லார் முகங்களும் வாழ்க்கையில் அடிபட்டு நொறுங்கிப் போன மாதிரி இருந்தன. முனியாண்டி, நன்றாய் அவனின் டவுசர் தெரியும் படி கைலியை மடித்துக் கட்டிக் கொண்டு மீசையை முறுக்கினான். கொஞ்சம் தள்ளி வந்து நின்றுகொண்டான்.

"தலைக்கி இருவது ரூபா."

"இதென்னா லாட்ஜீ ரூம்பா. இதுக்கு இருவதுன்ற... செரீ படாது."

ஒருவன் பேசித் திரும்பினவுடனே மற்றவர்களும் கலையப் பார்த்தார்கள்.

"செரீ, செரீ. பதினைஞ்சீ... அதுக்கு கம்மியில்ல."

"பத்து ரூபா." ஒருத்தன் சொன்னான்.

முறைத்தான் முனியாண்டி.

"உட்டா கடஞ்சொல்லீட்டு போயிடுவீங்களே. செரி. இதோ பாரு வூடுன்னு நெனச்சீனு உம் பாட்டுக்கு கீற வேலையெல்லாங் வாணாம். சட்டுனு எளுந்துவா." முதலில் போனவனிடம் சொன்னான்.

மாரியப்பன் திரும்பவும் நாலு பேரைக் கூட்டி வந்தான். எல்லாரும் போனபிறகு திரும்பவும் முடுக்கினான் மாரியப்பனை. அவன் முணங்கிக்கொண்டே போனான். நன்றாய் இருட்டி விட்டது. பஸ் நிலையமும், கோமதி மாளிகையும் விளக்கு வெளிச்சத்தில் மூழ்கிக் கிடந்தன. சுறுசுறுப்பாய் இருந்தது ஊர். ரொம்ப நேரம் கழித்து மீண்டும் ஐந்து பேருடன் வந்தான் மாரியப்பன். அதற்கு நடுவில் முனியாண்டி பள்ளத்தில் இறங்கிப் பார்த்தான். காமாட்சி அப்படியே கிடந்தாள். சட்டை ஊக்கெல்லாம் பிய்ந்து போய் மார்பு தெரிந்தது. சேலை இடுப்பில் சுருண்டு சேர்ந்திருந்தது. மசமசவென்ற அந்த இருட்டிலே அவளை

அலங்கோலமாகப் பார்க்கப் பாவமாய் இருந்தது முனியாண்டிக்கு. தானும் போக வேண்டும் போலிருந்தது.

"என்னா ஒடம்புப்பா. பாவம் எங்கியோ இருக்க வேண்டியவ."

வந்தவர்கள் போன பிறகு, முனியாண்டியும் மாரியப்பனும் காசை எண்ணினார்கள். "மூனு நாளைக்கு கவல இல்ல" என்றான் முனியாண்டி.

"இந்தா உனுக்கு" என்று இருவது ரூபாய் தந்தான் முனியாண்டி.

"இன்னுங் கூட்டியாறியா?" என்றான்

"வானாண்ணே! தாங்க மாட்டா. இப்ப தெரியாது. நாளக்கி அவளால எழவே முடியாது."

"செரீ, செரீ, நீ போறீயா?" மாரியப்பன் அந்த இருட்டில் வெட்கப்படுவது தெரிந்தது.

"வாணாண்ணே! ஓம்பல!"

"செரி இரு. நா வறங்."

முனியாண்டி எழுந்து கீழிறங்கிப் போனான். கொஞ்ச நேரத்துக்குப் பின் மாரியப்பனைக் கூப்பிட்டான். காமாட்சியின் துணிகளைச் சரி செய்தான்.

"கொஞ்சம் தூக்குடா. தோள்ள போட்டுக்கறேன். வூட்ல கிடத்திட்டுப் போயிடலாம். யார்னா கேட்டா தண்ணீ அடிச்சிட்டு வுளுந்திட்டு இருந்தான்னு சொல்லு!"

தலைமுடி பிரிந்து முனியாண்டி முதுகுப் பக்கம் தொங்க பிணம்போலக் கிடந்தாள் காமாட்சி, முனியாண்டியின் தோளில்.

இரண்டு பேர்களும் இருட்டில் நடந்தார்கள்.

காமாட்சிக்கு சுந்தரிமீது ஒரு தனிப் பிரியம். ஒடிசலான தேகத்துடன் களையான முகம் சுந்தரிக்கு. அழகாய்ப் பேசுவாள். ஆங்கில வார்த்தைகள் அவ்வப்போது வந்து விழும். ஆனாலும் அவள், சகஜமாய் எல்லாருடனும் பேசி காமாட்சி பார்த்ததில்லை. இந்த நாள் வரையிலும்கூட அவள் காமாட்சியுடன் இயல்பாய் பேசியதில்லை. ஒருமுறை மட்டும் அவள் காமாட்சி மேல் பரிதாபப்பட்டுப் பேசினாள்.

"பொண்ணா பொறக்கறதே பாவம் அக்கா. ஆண்டவன் இருக்கானே, பொல்லாத கன்னிங் ஃபெல்லோ! உன்னெ நெனச்சா பாவமா இருக்கு. பேசாம நீ கிராமத்திலேயே இருந்து கூலி வேலை செஞ்சி பொழச்சுக்கக்கூடாதா? இங்க ஏன் வந்த?"

"தலையெழுத்து!"

"பெரிய தலையெழுத்து, கோயிந்தண்ணனை எனக்கு ரொம்பப் பிடிக்கும். பாவம் நீ!"

"அத்தெயெல்லாஞ் சொல்லி மனச ஏங்கிளர்ற? சும்மாரு!"

இரண்டு பேரும் கண்டோன்மெண்டில் சுற்றினார்கள். இரவு பத்து மணிக்கு மேலாகியிருந்தது. கண்டோன்மெண்டில் விளக்குகள் சோகையாய் எரிந்தன. கருவாட்டுக் கட்டுகளின் நாற்றம் சகிக்கவில்லை. ரயிலில் வந்தவை. இந்தப் பக்கம் அதிகம் ரயில்கள் வருவதில்லை. சரக்கு ரயில்கள்தான் பெரும்பாலும். காலையிலும், மாலையிலும் மட்டும் சில பாசஞ்சர்கள் வந்து போகும். சுற்றிலும் இருட்டாயிருந்தது. மரங்களிலிருந்து சில்வண்டு சத்தங்கள் தொடர்ந்து ஒலித்தன. ஆங்காங்கே சில கல்லூரி மாணவர்கள் படித்துக் கொண்டிருந்தனர். அருகிலுள்ள கல்லூரி விடுதி மாணவர்கள். அவர்களுக்குத் தாமரைக்குளப் பெண்கள் என்றால் கொண்டாட்டம் தான். கிண்டல் அடிப்பார்கள். ஆனால், ஒருத்தனும் வரமாட்டான். வந்தாலும் நோய் வந்துவிடுமெனப் பயந்து சாவான். சுந்தரி ஓரமாய் இருட்டில் சிறுநீர் கழிக்கும் ஒருவனைப் பார்த்துச் சிரித்தாள்.

அவசர அவசரமாய் அவன் அப்படியே ஓடினான். காமாட்சி சிரித்தாள். சில பெண்களை, கண்டோன்மெண்ட் முன்னாலிருக்கும் ஆட்டோக்காரரர்கள் சிலர் ரேட் பேசி கூட்டிக் கொண்டு பறந்தார்கள். காமாட்சிக்கு அப்படிப் போகப் பிடிப்பதில்லை. சில நேரங்களில் அய்ந்தாறு பேர்களாய்ச் சேர்ந்துகொண்டு குடிக்க வைத்து, துவம்சம் பண்ணிவிடுவார்கள். உடம்பு தாங்காது. உடம்பு வலி போக ரெண்டு மூணு நாளாகும்.

ஒரு மாணவனின் புத்தகத்தை எட்டிப் பார்த்து "என்ன ஆர்கானிக் கெமிஸ்ட்ரியா? கஸ்டமாயிருக்குமே!" என்றாள் சுந்தரி. காமாட்சிக்கு ஆச்சரியம். அவனும் ஆச்சர்யமாய்ப் பார்த்தான்.

"படிக்கத் தெரியுமா?" என்றான். பெரிதாய் புன்னகைத்தாள் சுந்தரி.

“நானும் காலேஜிலே கெமிஸ்ட்ரிதான் எடுத்தேன்! ரெண்டாவது வருஷம் ஓடி வந்துட்டேன்.”

“ஸாரி! கேக்கவே ரொம்ப ஆச்சர்யமா இருக்கு. ஆமா, ஏன் ஓடிவந்துட்ட? பேரு என்ன?”

“உடனே என் பரிதாபக் கதையைக் கேட்கத் துவங்கிடுவீங்களே! இதுதான் வேணாம்!”

சுந்தரியும் காமாட்சியும் அங்கிருந்து வந்துவிட்டார்கள். காமாட்சிக்கு ஆச்சர்யம் தாளவில்லை. நம்பவும் முடியாமல் இருந்தாள். சுந்தரி படித்தவளா? அதுவும் காலேஜில்! அவளே இன்று ஒரு விபச்சாரியாய். நாம ஒண்ணும் படிக்காதப்பவே, மானம் மரியாதன்னு யோசன பண்றோம். சுந்தரியை நினைக்கப் பரிதாபமாகவும் இருந்தது. என்ன ஏதென்று விசாரிக்கத் தோணினாலும், ஏதாவது சொல்லிவிடுவாளோ என்று மௌனமாகிவிட்டாள் காமாட்சி.

அதிகாலையில் கண்டோன்மெண்டுக்கு டீ குடிக்க வந்தனர் சுமை தூக்கிகள். ஒரு பெஞ்சின் கீழே ஒண்டிக்கொண்டு குளிரில் நடுங்கியபடி இருக்கும் அந்தச் சிறு பெண்ணைப் பார்த்தனர்.

“சூரவேலு, அங்க பார்றா, வெட பொண்ணு ஒன்னு ஒண்டினு கீது”

அவள் மிரளமிரள விழித்தாள். அழுகை வந்தது அவளுக்கு. ஒருவன் ஆதரவுடன் அவள் தோளைப் பற்றினான்.

“டேய், ஒரு டீ வாங்கியாடா. அளுவாதம்மா. டீ குடீ. அப்புறமா, யாரு என்னான்னு சொல்லு. கொண்டு போயீ வுட்டுர்றன்!”

“வழி தவறிட்டிருக்கும்.”

“பாக்க அளகாயிருக்கு. வயசுப்புள்ளெ!”

அவள் மருண்டு மருண்டு டீ குடித்தாள். பதினாலு பதினைந்து வயசிருக்கும். நல்ல சிவப்பு. பாவாடை சட்டையுடன் இருந்தாள். இளமை செழித்துப் படர்ந்திருந்தது அவள்மீது. சுமை தூக்கிகள், அந்தப் பெண்ணை

யசோதம்மாளிடம் விட்டுவிட்டனர். சுமை தூக்கிகளுக்கும், ரிக்ஷாகாரர்களுக்கும் தாமரைக்குளத்தில் வீடுகள் இருந்தன.

அங்கேயிருக்கும் பெண்களில் ஒவ்வொருவருக்கும் ஒருத்தி மனைவிபோல இருந்தாள். சிலருக்கு வேறு இடத்தில் இன்னொரு குடும்பமும் இருக்கும். இங்கே ஆள் பிடித்து விடுவது, வருபவன்களிடம் மிரட்டிப் பணம் பிடுங்குதல் என்று பல வேலைகளும் செய்வார்கள்.

*“அய்யோ! என் ராசாத்தி! இம்புட்டு அளகாக்கீறியே! எப்புட்றி வந்துட்ட? நீயி ஒன்னும் பயிப்புடாதொ. நான் கீறன்!”*

யசோதம்மாள் அவளை உச்சி வருடி, நெட்டி முறித்து முத்தம் தந்தாள். மெதுவாய் விசாரிக்கத் தொடங்கினாள்.

*“சுமதி!”*

*“எங்கம்மா செத்துப் போச்சி! அப்பா வேற பொண்ணைக் கட்டிக்கினாரு. அது என்னெ தெனமும் அடிச்சிக் கொல்லும். சோறுகூடச் சரியா போடறதில்லே. பள்ளிக்கூடத்தெ வுட்டு நிறுத்திட்டாங்க. அதான் ஓடியாந்துட்டேன்.”*

*“கையில காசு இல்ல! எங்க போறதுன்னேத் தெரியல! இங்க எறங்கிட்டேன்.”*

*“பசிக்குது!”*

சுமதிக்கு ராஜயோகம்தான். யசோதம்மாளுக்குக் கொண்டாட்டம். இட்லி, எடுப்பு சாப்பாடு, டீ என்று நன்றாகக் கவனித்தாள். மத்தியானமாய் முனியாண்டியைக் கூப்பிட்டுச் சொல்லிவிட்டாள். மாலையில் வந்துசேர்ந்தார் ஒரு போலீஸ்காரர்.

*“கிளி மாதிரி பொண்ணு! குடுத்து வச்சவரு. தொவங்கி வய்யுங்க.”*

அத்தனை பல்லும் தெரியச் சிரித்தாள் யசோதம்மாள். குடிசைக் கதவைச் சாத்திக்கொண்டு வெளியே வந்துவிட்டாள்.

தூங்கிக்கொண்டிருந்த சுமதியை போலீஸ்காரர் எழுப்பியவுடன் மிரண்டு போய் எழுந்தாள்.

*“என்னா குட்டி? எந்த வூரு? நாஞ் சொல்றபடி கேட்டா உன்னிய உன் ஊர்ல சேத்துர்றம்.”*

சுமதியின் அலறல் சத்தம் பெரிதாகக் கேட்டது. திடுமெனக் குடிசைக் கதவைத் திறந்துகொண்டு வெளியே ஓடிவந்தாள். வெளியில் இருந்த யசோதம்மாள் அவளைக் கோழியாய் அமுக்கி உள்ளே எறிந்தாள்.

"நீ செத்த வெளியே இரு சாரு. நாந் தாஜா பண்ணி வழிக்கு எடுத்தார்றன்."

பயத்தில் உதறிக்கொண்டிருந்த சுமதியிடம் போனாள்.

"தா பாருடீ, நாஞ்சொல்றபடி கேளுடி. இல்லன்னா கொண்ணுடுவேன். பேசாம அவருகூடப் படு, அவரு இஞ்சுபெட்ருடி, நெறய துட்டுத் தருவாரு. உனுக்கு புதுத்துணி நக, வளிலுன்னு எல்லாம் வாங்கித் தருவேன்!"

'ஊகும்' என்று வேகமாய்த் தலையசைத்தாள் சுமதி.

அவளுக்கு முகம் வெளுத்துப் போயிருந்தது. வியர்த்துக் கொட்டியது. அழுதாள். யசோதம்மாள் சுமதியை இரண்டு குத்து விட்டாள். கன்னத்திலும் தொடைகளிலும் கிள்ளித் திருகினாள். அந்த நேரத்தில் அவள் விழிகள் விரிந்தன. ஆங்காரமாய்த் தெரிந்தாள். சுமதி "அம்மா"வென அலறி, உட்கார்ந்த நிலையிலேயே சிறுநீர் கழித்தாள்.

பின்னிரவிலே முழிப்பு வந்தது காமாட்சிக்கு. ஒன்றுக்கிருக்க எழுந்து வந்தாள். மணி நான்கு இருக்கும். அவளை உரசுகிறார்போல, பக்கத்துத் தெரு முஸ்லீம் பெரியவர் ஒருவர் சுமதியைக் கூட்டிக்கொண்டு கண்டோன்மெண்ட் பக்கம் போவதைப் பார்த்தாள். அவளின் குடிசையை ஒட்டி கண்டோன்மெண்ட் ரோடு இருந்தது.

"என்ன பாய், இன்னார்த்துக்கெல்லாம்?"

அவர் சட்டென்று நின்றுவிட்டார். பயத்தில் அவர் கலவரமாய் இருப்பதையும், அவர் உடல் நடுங்கிக் கொண்டிருப்பதையும் காமாட்சியால் பார்க்க முடிந்தது.

"இல்லே, இந்தப் பொண்ணு நடு ராவுல வந்து கதவத் தட்டினு நின்னுச்சி. யசோதாகிட்ட மாட்டிக்கிச்சாம். நல்லா அடிச்சிருக்காங்க. அல்லா புண்ணியத்துல தப்பிச்சிட்டுக் கீது. ரயிலேத்தி உட்டுர்லான்னு போறன். உன்னெ எம் புள்ளையா நெனக்கிறேன். தாமு ஆளுங்ககிட்ட சொல்லிடாதம்மா. நான் உயிரோடு ஒலாத்த முடியாது."

காமாட்சிக்கு மனசு பிசைந்தது. சாம்பல் இருட்டிலும் சுமதியின் முகம் உயிர் பயத்தின் தவிப்பில் இருப்பது நன்றாய் தெரிந்தது. லேசாய் நடுங்கிக்கொண்டிருப்பது போலிருந்தது சுமதியின் உடம்பு.

"நீ போ பாய், நான் அனுப்பி வெக்கிறேன்." அவர் தயங்கினார்.

"அல்லா சத்தீமா சொல்றேன் பாய். நானும் மனுசீதானே? போ. இத்தெ பாத்தாலே வவுறெல்லாம் பத்திக்குது. பாவம் யார் பெத்த புள்ளையோ."

தயங்கித் தயங்கிப் போனார் அப்பெரியவர். ஓடிப்போய் ஒரு துப்பட்டியை எடுத்து வந்து அந்தப் பெண்ணை தனக்காய் இழுத்து, இருவருக்குமாக போர்த்திக்கொண்டு நடந்தாள் காமாட்சி, சுமதி பயத்தில் அவளோடு ஒட்டிக்கொண்டாள்.

கண்டோன்மெண்டின் கடைசி பெஞ்சில் சுமதியுடன் உட்கார்ந்திருந்தாள் காமாட்சி. விடிந்துவிட்டிருந்தது. இன்னும் ரயில் ஏதும் வரவில்லை. அய்ந்தரைக்கு ஒரு ரயில் போவது தெரியும் அவளுக்கு. காமாட்சிக்கு, சுமதியை பார்க்கப் பார்க்க அழத் தோன்றியது. ஒரு நரகத்திலிருந்து அவளை மீட்டு அனுப்பிவிட வேண்டுமே என்ற தவிப்பில் மனசு அடித்துக் கொண்டது. படபடப்பாய் இருந்தாள்.

ஒவ்வோர் முறையும் மரக்கட்டையாக முகம் தெரியாத ஆண்களுடன் படுத்து எழும் போதெல்லாம் அவள் உணர்வுகள் சொல்ல முடியாதவை. ஊமையாய் மனசு அழும். அருவருப்பாய் இருக்கும். அவர்களின் சகிக்க முடியாத நாற்றம். சிலரின் வெறித்தனம். சிலரின் அசிங்கமான ஆசைகள். இந்த உடம்பை ஏன் படைத்தான் ஆண்டவன்? அதில் உணர்ச்சி ஏன் இருக்கிறது? இதுவரை அவளை ஒருவன்கூட ஓர் உயிராக எண்ணியதில்லையே. பயன்படும் பொருள். பொழுதுபோக்குச் சாதனம்.

இவன்களுக்கும் மனைவி குடும்பம் என்று இருக்கும்தானே? ஏன் இங்கு வருகிறார்கள்? வந்தாலும் இவன்கள் ஆண்கள். நாங்கள் போனால் மட்டும் தேவடியாள். சேரியைவிட்டு அவள் டவுன் பக்கம் போய்வரும் போதெல்லாம் எல்லாக் கண்களும் தன்னையே பார்க்கின்றதோ எனக் கூசிப் போயிருக்கிறாள். ஆயிரம் பேர்களில் கூட தான் மட்டும் அடையாளம் கண்டுகொள்ளப்படுவது எப்படி என்பதுதான் அவளுக்கு இதுவரைத் தெரியாதது.

அந்தச் சேரியே அவளுக்கு ஒரு நரகமாய் தெரிந்தது. பாவம் அதன் மக்கள். நூற்றுக்கும் மேலாக விபச்சாரிகள். தொழிலாய் உடம்பை விற்று வாழும் அவலம். ஒவ்வொருவருக்கும் ஒரு கதை உண்டு. காமாட்சிக்குப் பல பேரின் கதைகள் தெரியும். ராணி, புருசனை விட்டு ஓடிவந்துவிட்டவள். கூட்டிவந்த இன்னொருத்தனும் விட்டுவிட்டான். சின்னத்தாய் கல்யாணத்துக்கு முன்பே பிள்ளை பெற்று, வீட்டை விட்டு ஓடி வந்தவள். காதலனால் கைவிடப்பட்டவர்கள். இப்படி எத்தனை எத்தனையோ. எல்லோருக்கும் இந்தச் சேரி புகலிடம். சதைப் பண்ணை.

சேரியில் பல குடும்பங்கள் இவர்களின் சம்பாத்தியத்தால் வாழ்கின்றவை. அக்காள் அல்லது தங்கை; அம்மா அல்லது மனைவி இப்படி ஒருவர் பண ஊற்று. அவரின் உடல் உழைப்பிலேயே பிழைக்கிறது குடும்பம்! பெயர் தெரியாதவனால் உண்டான பிள்ளைகள். அழிக்க மனசில்லாததால் புதிய சந்ததி. கல்லிலும், மண்ணிலும் படுத்து எழவேண்டிய அவலம். வாழ்க்கையைச் சுமக்க, வருபவனையெல்லாம் சுமக்க வேண்டிய கொடுமை.

காமாட்சிக்கும் இப்போது நோய் வந்துவிட்டது. இந்தச் சேரியின் பெண்கள் எல்லோருக்குமே பால்வினை நோய் உண்டு. பலருக்கு அது முற்றியதால் கண் போய்விட்டிருக்கிறது. கை கால்கள் மினுப்பேறி, படைபடையாகி, விகாரமாகி விடுவார்கள். ஆளே ஒடுங்கிப் போய்விடுவார்கள். நோய், போலீஸ், ரவுடிகள், சமூகம் என எல்லா முனையிலிருந்தும் தாக்குதல். வீழ்ந்தால் எழவே முடியாது. வேண்டாம் இந்தச் சின்னப் பெண் இந்த நரகத்தில், நரகலைத் தின்று வாழும் இந்த வாழ்க்கை வேண்டாம் அவளுக்கு. காமாட்சிக்கு உரம் ஏறியது.

டீ குடிக்க மூட்டைத் தூக்கிகள் பேசிக்கொண்டு வரும் சத்தம் கேட்டது. வேகமாய் எழும்பி, சுமதியை ஒரு குட்டைப் புதரின் பக்கம் உட்காரவைத்தாள். கண்ணில் பட்டால் அவ்வளவுதான். என்ன ஆனாலும் பரவாயில்லை. சுமதி தப்பியே தீரவேண்டும். ரயில் வரும் சத்தம் கேட்டது. ஒரு பெட்டியில் ஏற்றிவிட்டாள். சுமதியின் கண்கள் கலங்கியிருந்தன. கையெடுத்தாள். ரயில் போய் விட்டது. காமாட்சிக்கு மனம் லேசானது. அவள் செய்த தப்பையெல்லாம் சரி செய்துவிட்டது போல் ஒரு நிறைவு. விடுவிடுவென்று குடிசைக்கு வந்துவிட்டாள்.

மாயாண்டி அறைந்ததில் சுவரில் மோதிக்கொண்டு விழுந்தாள் காமாட்சி. தலை கிறுகிறுவென்று சுற்றியது. கொஞ்ச நேரத்துக்கு எதுவும் தெரியாமல் கண்கள் இருட்டிக்கொண்டு மின்மினிப் பூச்சிகள் பறந்தன.

"ஏன்டா என்னெ அடிக்கிறே."

இன்னொரு உதைவிட்டான். தலை கவிழ்ந்து முன் முதுகில் அதை வாங்கி நெளிந்தாள். முன்னால் தாமு உட்கார்ந்து கொண்டிருந்தான்.

"டே... வுட்றா. எங்கிடி மாமூலு? போன தபாகூட தபாச்சிக்கினே. ராவும் பகலுமா படுக்கப்போற இல்லே, எங்கடி?"

"இவ பேச மாட்டாண்ணே! ராங்கிக்காரி... யில கொழுப் பேறினவண்ணே!"

மேலும் மேலும் உதைகளை விட்டான். தாமுவுடன் எப்பவும் ரவுடிகள் இருப்பார்கள். அவன் ஏரியாவில் இருக்கும் கடைக்காரர்களும், தியேட்டர்களும், தொழில் செய்யும் சேரிப் பெண்களும் தவறாமல் மாமூல் தந்துவிட வேண்டும். இல்லையென்றால் தொழில் நடத்த முடியாது. அடித்து நொறுக்கி விடுவார்கள்.

மூன்று சீட்டு, கந்து வட்டி, கள்ளச் சாராயம் எனப் பல தொழில்களும் அவனுக்கு இருந்தன. பஸ் ஸ்டாண்டில் திரியும் புரோக்கர்கள், மூட்டை தூக்குபவர்கள், ரிக்ஷாக்காரர்கள், பேப்பர் பொறுக்குபவர்கள், ரவுடிகள் என்று எல்லோரும் அவனிடம் சரணடைந்து கிடந்தனர். தாமு முன்பு போல் இப்போ கிடையாது. கைலியை மடித்துக் கட்டிக்கொண்டு நின்றான் என்றால் ஒருத்தனும் கிட்ட நெருங்க முடியாது. முன்பு அறுப்பு போட்டதில் கொஞ்சம் அடங்கிப்போனான்.

டாக்டர்கள், மூச்சு வாங்கும்படி கனமான எதையும் செய்யக்கூடாது; இல்லையென்றால் வயிறு கிழிந்துவிடும் என்று சொன்னதிலிருந்து அவன் நேரடியாக எதிலும் இறங்குவதில்லை. மேற்பார்வையில் அவன் கூட்டாளிகளை விட்டு முடிப்பான். பெண்கள் பக்கம் அதிகமாகப் போவதில்லை. மாமூல், வட்டி கட்டாதவனைப் பிடித்து வந்து நொறுக்குவார்கள் அவன் எதிரில். முடிவாய் காலில் விழுந்து கெஞ்ச வேண்டும். நையப் புடைத்தபின், காலைப் பிடித்துக் கெஞ்சும்போது, இவன் வழங்கும் தண்டனையில் வருபவனுக்கு பயமும், அருவருப்பும், அவமானமும் சேர்ந்துகொண்டு ஆளை அரட்டிவிடும். அவனுக்குப் பயம் வைத்த மாதிரியும், தன் தினவைத் தீர்த்துக் கொண்ட மாதிரியும். இப்போது அவன் வேலைகள் இன்னும் சீக்கிரம் நடந்து விடுகிறது.

“இன்னாடி பெனாத்திக்குனு! சொல்றீ...!”

உதை தாங்கமாட்டாமல் கதறினாள்.

“பாவி மகனே! நீயாடா எனுக்குத் தர்ற துட்டெ. நானு சூத்தை வித்து சம்பாதிக்கிறண்டா.”

என்னவோத் தெரியவில்லை. அடிப்பதை நிறுத்திவிடச் சொல்லிவிட்டு திட்டி அனுப்பிவிட்டான், தாமு.

“போடீ. அன்னிக்கு யசோதாகிட்ட சிக்கின பொண்ணை நீதான் ரயிலேத்தி உட்டுக்கிற. வானா, நல்லாயில்ல. கொயந்தக் காரியாச்சேன்னு உடறேன். உன்னொரு தபா பண்ணுன, ஆளு தேற மாட்டெ.”

பெரிய மாரியம்மன் திருவிழா களைகட்டிவிட்டது. மூன்று நாள் திருவிழா. கூழ்வாற்றலும், சிரசு எடுப்பும், மஞ்சள் நீராட்டமும் எனச் சேரியே அமர்க்களப்படும். தாமுதான் முன்னிருந்து எல்லாவற்றையும் நடத்துவது. வண்ண வண்ண விளக்குகளும், அலங்காரமும் எனச் செக சோதியாய் இருந்தது கோயில். சேரியின் எல்லையில் ரோட்டைப் பார்த்த மாதிரி இருக்கும் அந்தக் கோயில். ரவுண்டானாவில் டவுன் பஸ் விட்டு இறங்கி கண்டோன்மெண்ட் ரோட்டில் வந்தால் கோயில். திருவிழா பிரபலமாகி இருந்தது. வேறு ஏரியாக்காரர்களும், திரள் திரளாய் வருவார்கள். வருடா வருடம் சினிமாக்காரர்களின் பாட்டுக் கச்சேரி உண்டு. இந்த வருடம் கங்கை அமரன் கச்சேரி என்று போஸ்டர் ஒட்டியிருந்தார்கள். போஸ்டர்களில் தாமுவின் படமும் அம்மன் படமும் பெரிசாய் போடப் பட்டிருந்தன.

சேரிக்கே பிரியாணி செய்து போட்டான் தாமு. கூழ்வாற்றல் முடிந்ததும் தொழில் நடத்தும் பெண்கள், ரிக்‌ஷா ஓட்டிகள், மூட்டை தூக்கிகள், கையாட்கள் என எல்லோருக்கும் புடவையும், வேட்டிச் சட்டையும் தந்தான்.

வரிசையில் வந்து வாங்கிக்கொண்டார்கள். யசோதம்மாள் புடவையை வாங்கிக்கொண்டு தாமு கன்னத்தில் முத்தம் வைத்தாள். எல்லோரும் காலில் விழுந்து எழுந்தார்கள்.

பாட்டுக் கச்சேரி துவங்கிவிட்டது. காமாட்சியும், சுந்தரியும், ராணியும்

ஒரு செட்டாய் உட்கார்ந்துகொண்டார்கள். பாட்டுக் கச்சேரி நடுவில் வந்து சின்னத்தாயி காமாட்சியை எழுப்பினாள்.

"மாயாண்டி பட்னத்தப் போட்டு அடிக்கிறானான்டி. ஓடுரி. போதையில புள்ளைய சாவடிச்சிடப் போறான்."

குழந்தையைச் சுந்தரியிடம் தந்துவிட்டு என்னவோ, ஏதோ வென்று ஓடினாள். கண்டோண்மென்ட் எதிரில் நடுரோட்டிலேயே மாயாண்டியும், முனியாண்டியும் சூரவேலுவும் உட்கார்ந்து கை கொட்டிச் சிரித்துகொண்டிருந்தார்கள். சனங்கள் யாரும் இல்லை. ரோட்டின் ஓரத்தில் குப்புற விழுந்து வலியில் கதறிக்கொண்டிருந்தான் பட்டினம்.

"அய்யோ! என்னா பண்ணிங்கடா புள்ளய!"

ஓடிப்போய் எழுப்பினாள். பட்டினம் மோசமாக அழுதான். வலது கை வீங்கிப்போய்விட்டிருந்தது. கீழே விட முடியாதபடி துடித்தான். எச்சிலும் கண்ணீரும் சேர்ந்து ஒழுகியது அவன் முகத்திலிருந்து. மாயாண்டியும், அவன் கூட்டாளிகளும் திருவிழா குஷியில் இருந்தார்கள். போதை ஏறஏற தலைகால் புரியவில்லை. கைகள் பனபனத்தது மாயாண்டிக்கு. கண்டோன்மெண்ட் பக்கம் அவசர அவசரமாக வெளிக்குப் போக வந்த பட்டினத்தைப் பிடித்துக் கொண்டார்கள். பட்டினத்துக்குப் பாட்டுக் கச்சேரி பார்க்கும் அவசரம். வீட்டைப் பூட்டிவிட்டு சீக்கிரம் வரும்படி சொல்லிவிட்டு அப்போதே போய்விட்டிருந்தாள் காமாட்சி.

"டேய் இன்னாடா? மொயலாளி இங்கக் கீறன். மரியாத இல்லாம போறே? வாடாங் நோத்தா. நாளையிலர்ந்து பளம் விக்க மாட்டே!"

"இன்னாது? போறியா? வூடான்ட போயீ பாட்டல்ல சரக்கு கீது. எத்தாந்து தந்துட்டுப் போடா."

"யின்னாடா நிக்கிறே?"

எட்டிக் கையைப் பிடித்து இழுத்து, முறுக்கி உடைத்தான். பட்டினம் வலி தாங்காமல் கதறிக்கொண்டு கீழே விழுந்து புரண்டு புரண்டு அழுதான். மாயாண்டிக்கும், அவன் கூட்டாளிகளுக்கும் சிரிப்பாய் இருந்தது.

"டேய் யின்னா. உடான்சு உட்றியா?"

கோவிந்தன் லாங் பஜாருக்கு அரிசி மூட்டை எடுத்துவரப் போனபோதுதான் பட்டினத்தைப் பார்த்தான். ரிக்ஷாவை நிறுத்திவிட்டு மண்டி முதலாளி கூப்பிடுவதற்குள் ஒரு இழுப்பு இழுத்துவிடலாம் என்று பீடி ஒன்றைப் பற்றவைத்துக் கொண்டு சாலையின் ஓரத்தில் போய் உட்கார்ந்தான். ரோட்டின் நடுவில் இருக்கும் நகராட்சி கக்கூஸ்சின் அருகில் இரண்டு பையன்கள் சண்டைபோட்டுக் கொண்டிருந்தனர். திடீரென ஒருவன், கீழே கிடந்த கல்லை எடுத்து இன்னொருவனைத் தலையில் குத்திவிட்டு ஓடினான்.

“இனிமே பஸ்ஸாண்டு பக்கமா வந்தா, கீசிடுவேன்.”

கோவிந்தன் ஓடிப்போய் அடிபட்டவனைத் தூக்கினான். பத்து வயசிருக்கும். கருப்பாய் இருந்தான். கண்கள் பஞ்சடைந்து போய், கன்னங்கள் ஒட்டியிருந்தன. டவுசரும், சட்டையும் கிழிசலாய்க் கிடந்தன. தலை பரட்டையாய் செம்பட்டையாகி இருந்தது. கோவிந்தன் அவனை ஆஸ்பத்திரிக்குக் கூட்டிப் போய் வீட்டுக்குக் கூட்டி வந்துவிட்டான். பெயர் பட்டினம் என்று சொன்னான். பஸ் ஸ்டாண்டில் இன்னொரு பையனுக்குப் போட்டியாகப் பிச்சையெடுத்ததால் சண்டை வந்திருக்கிறது. கொஞ்ச நாளிலேயே எல்லாருடனும் ஒட்டிக்கொண்டான். காமாட்சிக்கு, “அண்ணீ, அண்ணீ” என்று அவன் ஒட்டிக்கொள்வது பிடித்துப்போனது.

“எங்... நக்கீ, அனியாயமா புள்ளை கையெ ஒடச்சிட்டியேடா. உங்கையெ ஒடச்சி அடுப்புல வெக்க. நீ வௌங்குவியாடா. தேவுடியா பையா!”

ஆவேசமுடன் கத்தினாள். கீழே கிடந்த கல்லை எடுத்து மாயாண்டி தலையிலே குத்தினாள். அவன் முடியைப் பற்றி உலுக்கி கீழே தள்ளி உதைத்தாள் காமாட்சி.

கூட்டாளிகளைக் கூட்டிக்கொண்டு, மாயாண்டி காலங்கார்த்தாலமே காமாட்சியின் குடிசை எதிரில் வந்துவிட்டான்.

“டியேய்! வாடி வெளியே! போதையில கீறன்னு அடிசிட்டியா. இப்ப வாடி வெளியில. தேவுடியா.”

பதறிச் சுருட்டிக்கொண்டு வெளியே வந்தார்கள் குப்புவும் காமாட்சியும். மாயாண்டி, காமாட்சியை அடிக்க ஓடினான்.

"இதா பாரு. பொம்பிள கிட்ட கைநீட்ற வேலையெல்லாம் வெச்சிக்காதே!"

"உங்க ரெண்டு பேரயும் தீத்துரண்டி!"

குப்புவை ஒரு உதைவிட்டான். அவள் சுருண்டு போய் விழுந்தாள். குப்பு ரொம்பவும் ஒடுங்கிப்போயிருந்தாள். வலி பொறுக்க மாட்டாமல் அவனை சபித்துக் கொட்டினாள்.

"இந்தா, என்னா ஒனும் உனக்கு?"

"ராத்திரி என்ன அடிச்சியே, ருஸ்தமா கீறவ எந்துட்டெ வெய்யிடி!"

"நாளைக்கி வீசிடறேன் போ." "அடிங்... இப்ப வெய்டின்னா."

இவனிடம் ஒன்றும் வேலை நடக்காது போலிருந்தது. கோபத்தில் ஜகா வாங்கி அடிக்க நின்றான். சேரி சனங்கள் கூடியிருந்தும் யாரும் பேசவில்லை. பேசவும் முடியாது. மாயாண்டி தாமுவின் வலது கை.

"இதா, இருந்தத புள்ளக்கீ கட்டு கட்டிடுச்சி. புள்ளைய வேற அடிச்சி கையெ ஒடச்சிட்டு கலாட்டாவா பண்ற?"

"அவன யார்டி அடிச்சாங்க. பேமானி. கீள வுளுந்து ஒடச்சி கினு பிலிம் காட்ரிங்களா. இதெல்லாங் வேலக்கி ஆவாது. டேய் உள்ள பூந்து எல்லாத்தையும் வெளியே எடுத்துப் போடுங்கடா."

திபுதிபுவென்று குடிசைக்குள் நுழைந்து பொருட்களை எடுத்து வீசினார்கள். கதவைப் பிய்த்து எறிந்தார்கள். ஓலைகளையெல்லாம் பிடுங்கி வீசினார்கள். கொஞ்ச நேரத்தில் வீடு குட்டிச் சுவராய் நின்றது. காமாட்சியினால் ஒன்றும் செய்ய முடியவில்லை. அவர்கள் நாலைந்து பேர்கள், போதையில் எதையும் செய்யத் தயாராய் வந்திருக்கின்றனர். காமாட்சி வாய்க்கு வந்தபடியெல்லாம் திட்டினாள். குப்பு மண்ணை வாரித் தூற்றி சபித்தாள்.

குழந்தைக்கு நெருப்பாய்க் கொதித்தது காய்ச்சல். குழந்தை பாதியாகிவிட்டான். காமாட்சிக்குப் பயமும், சோகமும் நெஞ்சிலே அப்பிக்கொண்டது. சாப்பிட்டு இரண்டு நாளானது. ராத்திரியில் கொசுத் தொல்லையும், என்னேரமும் பக்கத்திலிருந்து குடலைப் பிடுங்குகின்ற மாதிரி

அடிக்கும் மூத்திரக் கவுச்சியும் தாங்கவில்லை. அவர்கள் இப்போது பஸ் ஸ்டாண்டுக்கு வந்துவிட்டிருந்தார்கள். முதலில் எங்கு போவது என்றுதான் தெரியவில்லை. பட்டினம்தான் இந்த யோசனையைச் சொன்னான்.

"ங்கோத்தா, இந்த ஏரியாவுல எங்கியும் இருக்கக்கூடாது. அப்புடி இருந்தீங்க, மவுளுங்களே தீந்தீங்க. கொளந்தன்னு பாக்கமாட்டென், கெய்வின்னும் பாக்கமாட்டென். ஓடுங்க!"

மாயாண்டி எட்டி உதைத்துத் தள்ளினான். காறித் துப்பிவிட்டு லுங்கியை தொடை தெரியும்படி மடித்துக் கட்டிக்கொண்டு, பீடியை ஆழமாய் இழுத்தபடி போனான். இங்கு வந்துவிட்டார்கள். வரும் வழியெல்லாம் குப்பு, அரற்றிக் கொண்டே வந்தாள்.

"அய்யோ எம் பொண்ணே! நா பாவிடி, நா பாவி. ஒன்ன கெடுத்து சீரளிய வுட்ட பாவிடி."

காமாட்சிக்குக் கோபமாய் வந்தது. கத்தினாள்.

தூ! சனியன், அனாசாரம். கம்முனு வாறியா வாய மூடினு."

"இருந்த சாமான்களைக் கட்டி ஆளுக்கொரு சாக்குப் பையைச் சுமந்துகொண்டு போனார்கள். காமாட்சியின் இடுப்பில் குழந்தையும், தலையில் மூட்டையும் இருந்தது. கோபத்தில் நடந்தாள். பட்டினம் ஒற்றைக் கையுடன் பாய் தலையணைகளைச் சுமந்து வந்தான். அந்த பஸ் நிலையம் புதுசாய் கட்டியது. இவ்வளவு பெரிய நகரத்துக்கு இப்போதுதான் கட்டியிருந்தார்கள். ஏகப்பட்ட பஸ்கள் வந்துபோகும் இடம். கடைகளும், சைக்கிள், ஸ்கூட்டர்களும் விடும் இடத்திலே ஒரு மூலையில் அவர்கள் ஒண்டிக்கொண்டனர்.

பக்கத்திலேயே நகராட்சியின் கக்கூஸ் கட்டடம் இருந்தது. அதில் போகாமல் சிலபேர் சுவர் ஓரம் அவசரத்தில் சிறுநீர் கழித்துப் போகையில் இவர்களின் மேலேயே தெறித்தது. இரவில் கொசுவும், குளிரும், நாற்றமும், தூங்கவிடாமல் செய்தன. அங்கே பகலில் ஒரு கிழவி சோறு விற்றாள். மூட்டை தூக்கிகளும், பஸ் புரோக்கர்களும், ரிக்‌ஷாக்காரர்களும் கிழவியிடம் வாங்கித் தின்று கொள்வது. கூடையில் துணி மூடி எடுத்துவந்து, சோற்றைக் குழம்பு விட்டுப் பிசைந்து உருட்டி கையில் வைப்பாள். வெறும் இலையிலோ, அழுக்கேறி கருத்த பிளாஸ்டிக், நொறுங்கிப் போன அலுமினியத் தட்டு போல ஏதாவது ஒன்றிலோகூட வாங்கித் தின்னலாம். சில நாட்களில் மீன்

குழம்பு, கறிக் குழம்பு எனப் பச்சை கவிச்சி நாற்றமுடன் இருக்கும். விலையும் அதிகம் அதற்கு.

கவர்மெண்ட் ஆஸ்பத்திரியில் தனக்கும், குழந்தைக்கும் ஊசி போட்டுக்கொண்டு வந்தாள் காமாட்சி. கொஞ்ச நாளாய் காமாட்சிக்கு நீர்போகும் இடத்தில் எரிச்சலும், நமப்பும் இருந்து புண்ணாகி விட்டிருந்தது. உடம்பிலும் அங்கங்கே தடிப்புகள் எழும்பின. படைபடையாய் ஆகி நமித்தது. டாக்டரிடம் தயங்கித் தயங்கிச் சொன்னாள். அசிங்கமாய்த் திட்டு வாங்கிக்கொண்டு ஊசி போட்டுக்கொண்டு வந்தாள். இருந்த அஞ்சு ரூபாயையும் ஊசி போடும் இடத்திலும், சீட்டு வாங்கும் இடத்திலும் கொடுத்துவிட்டாள்.

கையில் காசு எதுவும் இல்லை. பட்டினம்தான் கைக் கட்டோடு நின்றிருக்கும், போகும் பஸ்களிலெல்லாம் ஏறி இறங்கி பழம் விற்ற கூலியில் டீயும் பன்னும் வாங்கித் தந்தான். நன்றாய் இருட்டிவிட்டது. மத்தியானம் தாமரைக்குளம் போன குப்பு இன்னும் வரவில்லை.

“எதாச்சும் வாங்கியாறேன்!” என்று போனாள். இன்னும் காணோம். குழந்தைக்கு காய்ச்சல் விட்டுவிட்டு வந்தது. காசு இருந்தால் வேறு டாக்டர் யாரிடமாவது தூக்கிப் போகலாம்.

“பட்டினம் புள்ளெயெப் பாத்துக்க. இதா வந்துடறன். ஆத்தா வந்து கேட்டா மைதானத்துக்கா போய்க்கிறேன்னு சொல்லு.”

மைதானம் இருட்டில் இருந்தது. உள்ளே ஆள் நடமாட்டம் அவ்வளவாய் இல்லை. தெற்கு மூலையில் பூங்காவுக்குள் நுழைந்து தர்காவை ஒட்டி, சாலைக்கு வந்துபோய்க் கொண்டிருந்தார்கள் சில சனங்கள். மைதானத்தின் நடுவிலே வந்து நின்றுகொண்டு யாராவது வருகிறார்களா என்று பார்க்கத் தொடங்கினாள். பத்து ரூபாய் வந்தால்கூடப் போதும்.

தன்னைத் தாண்டிப்போன இரண்டு ஆண்களைப் பார்த்ததும், “வர்றீங்களா” என்றாள்.

அவர்கள் திரும்பிப் பார்க்காமல் வேகமாய் நடந்தனர்.

“ஒம்போதுங்களா!” அவர்களுக்குக் கேட்கும்படி முனகினாள்.

அவளைப் பார்த்ததும் நின்ற ஒருவனைக் கண்டதும், வசமாய் அவன் சிக்கிக் கொண்டதாய் நினைத்துக்கொண்டாள்.

"இருவது ரூவா."

முதுகுக்கடியில் சரியான கூர்முனைக் கல் கிடந்து குத்தியெடுத்து விட்டது வலி. அவனிடம் இருந்து வந்த சாராய நாற்றமும் வேர்வை கவுச்சியும் சகிக்க முடியவில்லை.

பிறகு காசு இல்லையென்று இளித்தான் அவன். அவனின் சட்டையைக் கொத்தாகப் பிடித்து சட்டைப் பையில் கையை விட்டுத் துழாவினாள்.

பத்து ரூபாய் சிக்கியது.

"போடாங்கோ... பேமானீ. இதுக்கு உங் கொக்காத் தங்கச்சிங்ககிட்டே போறது!"

போய்விடலாம் என்று நினைத்தபோது, சாப்பாட்டு நினைவு வந்தது. இன்னொருவனுக்காக நின்றாள். அருகில் ஒருவன் வருவது தெரிந்தது.

"வர்றீங்களா சார்! பத்து ரூவாதான்!"

"ம்... அதுக்குத்தானெ வந்தேன். என்னையே கூப்புட்றயா நீ."

அவள் முடியைக் கொத்தாகப் பற்றி இழுத்து "நட்றி வண்டிக்கு" என்று நெட்டித் தள்ளினான். மப்டி உடுப்பில் இருந்த போலீஸ்காரன்.

ஜெயிலுக்குள் காமாட்சியைப் பார்க்கப் போயிருந்தாள் குப்பு. குப்புவைப் பார்த்ததும் அழுதாள்.

"புள்ள எப்டிக்கீது. எடுத்தார்லயா?" அவள் கண்கள் அலைந்தன.

"அவன பாத்திட்டியானா புள்ள நெனப்பாயிடும். இங்க இருக்க தவிச்சிப் போயிடுவ. அதான் தூக்கியார்ல. பட்டினம் பாத்துக்குவான்." பட்டினத்தைப் பற்றி விசாரித்தாள்.

"நான்தான் வந்துரறன்டுப் போனேனே. நீ அதாங் காட்டியும் என்னாத்துக்குப் போனெ? புது இன்ஸ்பேக்டரு வந்துக்கிறானாம். வக தெரியாம வந்து மாட்டினுகீறியே."

மெதுவாய்ச் சொல்லி மூக்கைச் சிந்தினாள். வாங்கி வந்திருந்த வாழைப் பழத்தையும், பிஸ்கட் பொட்டலத்தையும் கொடுத்தாள். குப்பு வெளியே போவதற்குமுன் சொல்லி அனுப்பினாள் காமாட்சி.

"புள்ள பத்ரம் எம்மா. அவுனுக் கோசரந்தான் நான் கீறதே! இந்தப் பாடெல்லாம் அவனுக்காகத்தான். அடுத்தாட்டி வரும்போது அவனை எடுத்தா. கவனமாவே கீது."

குப்புவுக்கு அழுகை தாங்கவில்லை. கண்ணீர் முட்டியது. உதட்டைக் கடித்துக்கொண்டு வந்துவிட்டாள்.

வரும் வழியெல்லாம் ஒரே நினைப்பாக இருந்தது.

"கொளந்தைய அனாத ஆஸ்ரமத்துல உட்டுடலாமா" என்றாள் ஒருமுறை குப்பு. காமாட்சிக்குக் கண்கள் சிவந்துவிட்டன. விழிகளை உருட்டி, முறைத்துக் கத்தினாள்.

"எம் புள்ளெய அனாதயா போட்டுட்டு இவ எந்த...க்கு? இன்னொரு முறை இப்படி சொல்லாத!"

ஆவேசமாய் மார்பில் தட்டிக்கொண்டு சொன்னாள் காமாட்சி. என்ன நினைத்துக்கொண்டாளோ! அவனை வாரி எடுத்து முத்தமழை பொழிந்து இறுக்கமாய் அணைத்துக் கொண்டாள். அவள் கண்களிலிருந்து தாரை தாரையாய் கண்ணீர் வழிந்தது. குப்புவுக்கு ஒரு மாதிரி ஆகிப்போனது. ஏன் கேட்டோமோ என்று நினைத்துக் கூசிக் குறுகிப் போனாள் அப்போது.

ஒருமுறை டவுன் பக்கம் போய்விட்டு வரும்போது, சேரி முக்கில் குப்பைத் தொட்டியில் ஹார்லிக்ஸ் பாட்டில் பெட்டி ஒன்று அசைவதைப் பார்த்தாள் காமாட்சி. தானாய் அது எப்படி அசையும்? உள்ளே குப்பை இருந்தால் நாய் ஏதாவது இறங்கி இருக்குமோ என்று நினைத்தாள். ஆனாலும் இருக்காது என்று ஒரு எண்ணம். அருகிலே போய்ப் பார்த்தவுடன் அதிர்ந்து போனாள். பச்சைக் குழந்தை, பிறந்து சில மணி நேரங்களே ஆகியிருக்கும். சனங்கள் கூடிவிட்டனர். அழுவதற்குக்கூட தொண்டையின்றிக் கரைந்தது குழந்தை. ஆளாளுக்குப் பேசத் தொடங்கினர். காமாட்சிக்கு என்ன செய்வது என்று புரியவில்லை.

"எந்தத் தேவுடியா செஞ்சிருப்பா?"

"என்னா பேய் மனசோ அவுளுக்கு?"

"இப்பிடி பண்றவ படுக்கறதுக்கு முன்னாடியே யோசன பண்ணியிருக்கனும்."

ஆளாளுக்கு ஒன்று சொன்னார்கள். ஒன்றும் புரியாமல் விழித்தாள். பிறகு குழந்தையில் ஏதோ மாற்றம் தெரிவதை உணர்ந்தவள் உற்றுப் பார்த்தாள். குழந்தையின் உயிர் அடங்கியிருந்தது. ஆட்களின் உதவியுடன் அதைப் புதைத்துவிட்டு வந்தபின், பல நாட்களும் அவள் மனசில் ஆற்றாமை தீரவில்லை.

"என்ன மனசிருக்கும் இதைச் செய்தவளுக்கு?"

அந்தச் சேரியில் பல பெண்கள் இப்படித்தான் செய்கின்றனர் என்பதை அறிந்தபோது மேலும் அதிர்ச்சியாய் இருந்தது அவளுக்கு. அப்படியே வளர்ந்தாலும் அப்பன் பேர் தெரியாமல், தாய் ஒரு தேவடியாள் என்ற பட்டத்தோடு, மீண்டும் ஓர் இருட்டு வாழ்க்கைக்குப் போகும். அழுக்கிலேயே உழலும். இல்லையென்றால் நடுவில் அம்மாவுக்கு வந்த நோயாலோ மத்த நோய்களாலோ செத்துப் போகும். அதையெல்லாம் பார்த்துச் சலிப்படைந்து, புழுங்குவதை விடவும் மனதைப் பாறையாக்கிக் கொண்டு பிறந்தவுடன் வீசி எறிவதே மேல் என்று நினைத்தார்களோ என்னவோ.

ஜெயிலில் இரவிலே படுக்க முடியவில்லை. கொசுக்களும் மூட்டைப் பூச்சியும் போட்டிப் போட்டுக்கொண்டு ரத்தம் பிடுங்கியெடுத்தன. ஒவ்வோர் இரவும் நரகமாய்க் கழிந்தது.

சதா குழந்தையின் நினைப்பும், கோவிந்தன் நினைப்பும் கிராமத்து வாழ்க்கையும் மாறிமாறி வந்து மனசைக் குத்திக் கிழித்தன. நினைவுகளின் நெரிப்பில் மூச்சுத் திணறினாள். திடீர் திடீரெனப் பிழியப் பிழிய அழுதாள்.

நோய் முற்றிவிட்டது போலிருந்தது. நமைச்சலும் வலியும் தாங்க முடியவில்லை. சீழ் வைத்துவிட்டிருந்தது. சொறிந்து சொறிந்து ரத்தக் கண்கள் திறந்தன. செத்துத் தொலைக்கலாம் போலிருந்தது அவளுக்கு.

வெளியே வந்ததும் நேரே தாமரைக்குளத்துக்குப் போனாள். மாயாண்டியின் காலில் விழுந்து மீண்டும் குடிசையைக் கட்டிவிட்டதாக முன்பு உள்ளே வரும்போது குப்பு சொல்லியிருந்தாள். வழியில் தெரிந்தவர்கள் விசாரித்தனர். குடிசையில் யாருமில்லை. குழந்தைக்காய் மனம் அலைந்தது. எப்படி இருக்கிறானோ? விசயம் தெரிந்து சுந்தரியும் ராணியும் வந்துவிட்டனர்.

"இந்த நேரம் பார்த்து ஆத்தா எங்க போச்சி. கொளந்தையப் பாக்காம உயிரே பூடுசி. எப்பிடிக்கிதோ எஞ் செல்லம்!" அங்கலாய்த் தாள் காமாட்சி.

சுந்தரியும், ராணியும் அவளை வினோதமாய்ப் பார்த்தனர். தயங்கித் தயங்கிச் சொன்னாள் சுந்தரி.

"ஏங்கா... கொளந்த தவறிட்டத ஆத்தா சொல்லலல்லீயா உங்கிட்ட...?"

"எம்புள்ள போயிட்டானா?"

கழுத்தில் சுருக்குப் போட்டு இழுப்பதுபோல, தலையைத் தூக்கி, பார்வை நிலைகுத்தி, வாய் பிளந்து அப்படியே நின்றாள் காமாட்சி. அடங்க ரொம்ப நேரம் ஆகிவிட்டது. சுந்தரிக்கும் ராணிக்கும் பயம் வந்துவிட்டது. மெதுவாய் நழுவிவிட்டனர். அசையாமல் உட்கார்ந்திருந்தாள் காமாட்சி.

"எம்மா, எப்ப வந்த?"

ஆவலோடு உள்ளே வந்தாள் குப்பு. காமாட்சி கல்லாய் சமைந்து போயிருப்பதைப் பார்த்ததும், தூக்கிவாரிப் போட்டது குப்புவுக்கு.

காமாட்சியை உலுப்பினாள்.

"எம்புள்ள நல்லாக் கீறானா? பால் குடிச்சிட்டு வெளாடுறான் தானே?"

காமாட்சி சிரித்துக்கொண்டே கேட்டாள். எழுந்து நின்று கூரையின் ஓலை வரிசையில் சொருகியிருந்த ஒரு சூரிக்கத்தியை எடுத்துக்கொண்டாள்.

'எம் புள்ளைய எவனாச்சும் அடிச்சான்னா குத்திடுவேன்! கீசிபுடுவேன்! எம் பட்டைங்களெ."

அரற்றிக்கொண்டே, சாலையில் இறங்கிப் போய்க்கொண்டு இருந்தாள் காமாட்சி.

**_கணையாழி_, மே 1997**

# குறி

தொறப்பொங்கலுக்கு மறுநாள் சிலோர் தற்கொலை செய்து கொண்டாள். வெளுத்துக் குவித்திருந்த துணிக் குவியலிலிருந்து ஒரு வேட்டி சுருங்கி கற்றையாகி அவள் கழுத்தை இறுக்கிப் பிடித்துக்கொண்டு தொங்கியது. வேட்டி தும்பைப்பூ போல இருந்தது. முடிச்சு விழாத அதன் மறுமுனை துடிதுடித்துக் காற்றில் ஆடியது. வீட்டுக் குள்ளே நுழைந்த ஜெயலாவுக்கு முகத்தில் மோதி அந்தரவெளியில் ஆடிய கன்னி உடல் பீதியைக் கிளப்பியது. காலோடு கழிந்து அலறினாள். ஆட்கள் கூடி இறக்கிவிட்டார்கள். ஊர் கூடிவிட்டது. எல்லார் வாய்களும் திறந்துகொண்டன. ஆற்றாமையும், பரிதவிப்பும் புகைந்து புகைந்து பரவின.

சிலோரின் உடலில் உயிரின் சூடு கொஞ்சம் கொஞ்சமாய் ஆறிக்கொண்டு வந்தது. ஜெயலா உடல்மேல் விழுந்து அழுதபோது அந்த வெப்பம் ஜெயலாவை இதமாய்த் தழுவி கண்ணீரை மேலும் சுரக்கச் செய்தது. அழகு மகள் போய்விட்டாள். மூக்கும் முழியுமாக, புட்டம் வரை அடிக்கும் கூந்தல். சிவப்பான, கடித்துப் பார்க்கத் தூண்டும் உடம்பு. எவரையும் உள்ளிழுத்துக் கொள்ளும் இரண்டு சுழி போன்ற கண்களைக் கொண்டிருந்த சிலோர். இப்போதுதான் செத்துப் போனாள்.

"தெரியுமில்லோ! ஊர் நாயக்கன் மவனும் இவளும் கூத்தடிச்சிக் கிட்டிருந்தது."

"மூணு மாசமாமில்ல."

"என்ன ஆச்சோ, எதுவோ! இவ பாவம் அவன சும்மா விடாது."

சிலோர் மரணம் உயிர்ப்பித்த பேச்சுகள் உலவத் தொடங்கி விட்டன.

“தப்பு விதையா! நாய்க்கனுக்குப் பொறந்திருப்பாளோ!”

ஊராரைப் பேசவைத்த வெள்ளை அழகு. சிலோர் தூக்கிட்டுக் கொண்ட அறையில் அவள் உடம்பின் கதகதப்பு இன்னும் இருக்கிறது. சிலோர் இன்னும் மேலெழாமல் அங்கேயே சுற்றிக்கொண்டிருக்கிறாள்.

“களத... களத... இப்படிப் பண்ணிட்டியே... இப்பிடி பண்ணிட்டியே”

கழுதைகளுடன் வந்த கோவிந்தன் கதறித் தலை உடைத்துக் கொண்டான். ஜெயலாவுக்கு மார்பு திறந்துவிடும் போலிருந்தது. அவர்களின் கழுதைகள் சாவதானமாய் காகிதம் தின்று கொண்டு நின்றன.

மாயன், வீட்டுக்கு வந்தபோது சிலோர் செத்துவிட்டதாய் சொன்னார்கள். அவன் சிலோர் செத்திருப்பதாய் நம்பவில்லை. வாசலிலே கிடந்தவளைப் போய்ப் பார்த்தான். இவள் சிலோர் இல்லை. என் அக்காள் ஒரு போதும் இப்படி இத்தனை மனிதர்களின் நடுவிலே வெட்கமின்றிப் படுத்துக்கொண்டிருக்க மாட்டாள். கூடவே ஒவ்வொரு முறை என்னைப் பார்க்கும்போதும் அப்போது தான் பார்ப்பது போல உச்சி முகர்வாள்.

அவள் எங்கே போய்விட்டாள்? நெடுநாளாய் ஆடாமல் விட்டு விட்ட ஒளியும் விளையாட்டை இப்போது ஆடுகிறாளோ? தன் உடலை இங்கே கிடத்திவிட்டு எங்கே போய் ஒளிந்து கொண்டாள்? அஞ்ச... பத்த.. பதனைஞ்ச... என்றெண்ணி ‘கூக்’ போட்டுவிட்டு, ஒளிந்திருப்பவளைப் பிடிக்க ஓடுவது போல் ஓடினான். அவளை வீட்டினுள்ளும், அடுக்களையிலும், வீட்டின் பின்புறமும் அலைந்து தேடினான். புறக்கடைப் பக்கமாக எழுந்து வியாபித்திருந்த தூங்கு மூஞ்சி மரத்திலே ஏறிக்கொண்டாளோ என்றும் பார்த்தான். மஞ்சளும் இளஞ் சிவப்புமாகப் பூத்து உதிர்ந்திருந்த அம்மரத்தின் தூரிகைப் பூக்கூட்டத்தில் புதைந்துவிட்டிருப்பாளோ? ரோட்டுக் கடையில் வந்திருக்கும் புதிய சாக்லேட்டின் மணம் போலவே அப்பூக்களிலிருந்து எழும்பும் வாசத்துடன் அவள் கலந்து வீசிக் கொண்டிருக்கிறாளோ?

மாயன் அவர்களின் கழுதைகளிடமும்கூட கேட்டுப் பார்த்தான். அவைகளுக்கோ எதுவும் தெரிந்திருக்கவில்லை. சிலோர் தூக்கிட்டுக்கொண்ட வேட்டியைப் பார்த்தபோதுதான் மாயனுக்கு சிலோர் போய்விட்டதன் காரணம் கிடைத்தது. சீராங்கொட்டையுள்ளே குச்சியைப் போட்டு, நொளத்தி நொளத்தி பசை போன்ற மை எடுத்து, வெளுக்கப் போகும்முன் வேட்டியிலே இட்ட

ஒற்றைப்புள்ளிக் குறி, வண்ணாங்குறி. ஒற்றைப் புள்ளிக் குறியிட்ட அது ஊர் நாயக்கன் வேட்டி. ஊர் நாயக்கனின் குடும்பத்துத் துணிகளுக்கெல்லாமே ஒற்றைப் புள்ளிக் குறிதான். பிறகுதான் வேறு குடும்பத்தின் துணிகளுக்கு. இரு புள்ளி, மூப் புள்ளி எனக் குறியிடல் தொடர்ந்து பெருகும்.

மரணம் கவ்வியிருந்த வீட்டில் ஜெயலா அழுக்குத் துணிக் குவியல் போல மூலையில் குப்புறக் கிடந்தாள். வீட்டுள் நிலவிய காற்றின் வாடையில் அழுகையின் சொதசொதப்பு இருந்தது. மாயன் மெதுவாய் அணுகி அம்மாவின் தலைமாட்டில் உட்கார்ந்தான். அவளுக்கு மேலும் அழுகை பெருக்கெடுத்தது.

"எல்லாம் அந்த ராமஞ்சலுவோட தாத்தாவால தாம்மா. அன்னைக்கித் துணி எடுக்கப் போனப்ப அவுங்க வூட்டுல யாருமில்ல. உள்ள போயி வெளியே வந்தப்ப அக்கா மூஞ்சி பேயறைஞ்ச மாதிரி இருந்திச்சி. வளியெல்லாம் அழுதுனே வந்துச்சி அக்கா! தூக்குப் போட்டுக்கின வேட்டிகூட அந்தக் கௌவன்ந்துதான் பாத்தியா?"

மாயன் சொல்லச் சொல்ல, பெரிதாக, மேலும் பெரிதாக ஜெயலாவின் கண்களும் நெஞ்சும் விரிந்துகொண்டே போனது.

பொழுது முளைக்கும் முன்பே வெளிச்சம் துலக்கத்திலிருந்த போது அழுக்குத் துணிகளை ஏற்றியபடி கழுதைகளுடன் கிளம்பி விட்டான் கோவிந்தன். ஊர் ஓரமே ஆறு. ஆற்றங்கரையில்தான் வெள்ளாவி வைப்பதும். இன்னேரம் கோவிந்தன் துணிகளைச் சோப்பு வெளுப்புக்கும், வெள்ளாவிக்குமெனப் பிரித்துப் போட்டு வேலையைத் துவங்கிவிட்டிருப்பான். துணிச்சோடா கரைத்த தண்ணீரில் துணிகளைப் போட்டு, வெள்ளாவிக் காங்கிலே அளவாய் நீர் ஊற்றி, துப்பட்டி ஒன்றால் அதன் வாயைக் கட்டி, சோடாவில் நனைத்த துணிகளை அதிலிட்டு வேறொரு துப்பட்டியால் காங்கின் வாயை மூடிச் சுற்றி இறுக்கி முடித்திருப்பான்.

ஜெயலா அதட்டிக்கொண்டே இருந்தாள் சிலோரை, கஞ்சி எடுத்துக்கொண்டு பொழுதோடு புறப்படச் சொல்லி. அத்தனை காலையிலேயே கடையிலிருந்து வெல்லம் வாங்கி மடியிலே முடிந்திருந்த சிலோரைத் திட்டினாள்.

"இது என்னடி புதுப்பழக்கம்? வெல்லம் தின்றது. எதையும் தின்னாமத்தான் வௌஞ்சி நிக்கிறியே. இன்னுமென்னா?"

அடுப்பிலே நெருப்பு அவிந்துவிடாதபடி சுள்ளிச் செத்தைகளைத் தள்ளித்தள்ளி விட்டுக்கொண்டிருந்தாள் சிலோர். கோவிந்தன் துறைக்குப் போய்விட்டான். மெல்லிசாய் போய்க்கொண்டிருக்கும் நீரை மணலைத் தூரெடுத்துக் கரைகட்டித் தேக்க வேண்டும்.

வறட்வறட்டென்று கழுதைகள் ஆற்றோரமாகவே மேய்ந்து கொண்டிருந்தன.

சிலோரின் முகம் பற்றி எரிந்துகொண்டிருந்தது. அவளின் கண்கள் தீப்பிழம்புகளாய் எரிந்தன. அவள் எழுந்து போய் ஆற்று வேலியில் செழித்திருந்த ஒட்டந்தழைக் கொத்துக்களை ஒடித்து வந்தாள். இலைகளை உருவி சட்டியொன்றில் போட்டு நீரூற்றி தனியே தீ மூட்டி வைத்தாள். மடியிலே முடிந்திருந்த வெல்லக் கட்டிகளையும் அதிலே போட்டாள். துணி வேகும் வாசனை மூக்குக்கடலை அவிப்பது போல மணந்தது. ஒட்டந்தழை, மூலிகைக் கஷாயம் போலக் கொதித்துக் குமட்டியது.

ஒட்டந்தழையை மை போல அரைத்துத் தின்றுவிட்டால் சில மணி நேரத்தில் செத்துவிடலாம். தழை தின்றது தெரிந்தால் கையையும் காலையும் அழுத்திக்கொண்டு பீக் கரைசலைக் குடிக்க வைத்து வாந்தி எடுக்கச் செய்து காப்பாற்றி விடுவார்கள். ஆனால், ஒட்டந்தழையை வெல்லத்துடன் வேக வைத்து சாறைக் குடித்தால் எவராலும் சாவுக்கு அணைகட்ட முடியாது. நினைத்தபடி போய் விடலாம்.

சிலோர் அழத் தொடங்கியிருந்தாள். கண்கள் உருகி வழியும் தீயாய்க் கனன்றன. முகம் இன்னும் சிவந்து போனது. கைகளில் ஒன்று முந்தானையால் வாயைப் பொத்தியிருந்தது. ஒன்று சுற்றியிருந்த புற்களையும் செடிகளையும் வெறியுடன் பிடுங்கிக் கொண்டிருந்தது. பல செடிகள் பட்பட்டென்று தண்டுடன் அறுந்து வந்தன. வேர்கள் பலவும் பூமியைப் பற்றிக்கொண்டு வெளிக் கிளம்பவில்லை. பட்டாசுக்காய் செடிகளின் நீலநிற மார்கழிப் பூக்களைப் பார்த்தபடி இருந்தாள் சிலோர். சட்டியை இறக்கி ஆவி பறக்கும் சாறை மொந்தையில் இறுத்துக்கொண்டு சட்டியை வேலியுள் போட்டு உடைத்தாள். மொந்தையை அருகில் வைத்தபடி ஆற்றை வெறுமையுடன் பார்த்துக் கொண்டிருந்தாள். கோவிந்தன் ஒற்றையாளாய் துணி தப்பும் ஓசை சன்னமாகக் காதில் வந்து புகுந்தபடி இருந்தது. கண்ணீர் முட்டியது. பார்வையை

மாற்றினாள். ஆற்றங்கரை ஓரங்களில் திட்டுத்திட்டாய் செழித்திருந்த பலவகைச் செடிகளிடையே கண்ணை உறுத்தும்படி வெள்ளையாய் கிண்ணம் போன்ற பூக்கள் பூத்திருந்தன. சிலோர் அந்தப் பூக்களைக் கண்டவுடன் எண்ணம் திருந்தி வேட்டியில் தூக்கிட்டுக் கொள்ளலாம் என முடிவெடுத்தாள். மொந்தையிலிருந்த சாறு மண்ணில் வழிந்து நுரைத்தது. அப்போது குளுமையாய் வீசிய காற்றில் ஒவ்வொரு நுரை முட்டையாய் மெதுவாக உடையத் தொடங்கியது.

கோவிந்தன் ஊர் நாய்க்கனின் வீட்டுக்குப் போகக் கிளம்பிக் கொண்டிருந்தபோது தானும் வருவதாய் அடம்பிடித்தான் மாயன். பொழுது ஏறி இருட்டத் தொடங்கியிருந்தது. பூமி சீக்கிரம் கண் மூடிக் கொள்வதுபோல் இரவுகள் நீண்டு பகல்கள் கணப்பொழுதுகளாய் உதிர்வது போன்ற காலம். கார்த்திகையும் வந்துவிட்டது. இந்த முறை நல்ல மழை பெய்தே தணிந்திருக்கிறது பருவம். தொறப்பொங்கலை இந்த வருடம் விமரிசையாய்க் கொண்டாட வேண்டும் என்ற நினைப்பு கோவிந்தனுக்கு இருந்தது. ஆனால், வெறுங்கையில் முழம் போடுகிறோமே என்பதுதான் அவனுக்கு உறைப்பாய் இருந்தது இப்போது. அவன் கிளம்பும் போதே ஜெயலா புலம்பிக் கொண்டுதானிருந்தாள்.

“எல்லாக் காலமும் போச்சி. நாய்க்கமாருங்க கணக்குப் பாக்கத் தொடங்கிட்டாங்க. பண்டிகக் காலமும் அதுவுமா வீட்டுல ஒரு சரங்கா தானியமில்ல. வருசத்துக்கு ஒரு தடவ அளக்கிற பத்து மரக்காவுல நாம பெரிய்ய மகராசர்களா ஆயிடப் போறதா நெனச்சிக்கிறாங்களே, என்னா பண்றது. மேழி மேழியா துணிகளைத் தொவச்சிப் போட்டாலும் ராத்திரியில போயி நின்னா சட்டி ரொம்பறதுல்ல சோறு. அந்தக் காலமெல்லாம் போச்சி, அப்பிடீ... போயிட்டிருந்த பொளப்புல எளவு உளுந்தமாரி எம்புள்ள போயிட்டாளே. அவ போனா, அதோட நம்ம வீட்டு லெட்சுமியும் போச்சி.”

“என்னாத்துக்குப் பொலம்புற” கோவிந்தன் இருமியபடி சொன்னான்.

“செலையாட்டம் இருந்த எம் பொண்ண மண்ணுக்குக் குடுத்திட்டனே. அவுங்க நல்லா இருக்க மாட்டாங்க. குடியத்துப் போவாங்க. அவுங்க வூட்டுல எருக்கு மொளைக்கும்.”

ஜெயலா எப்போதும் புலம்புகிறாள். சிலோர் செத்ததிலிருந்து அவள் இப்படி மாறிவிட்டாள். தொறப்பாட்டிலும், வீட்டிலும், வெளியிலும், எப்போதும்

புலம்பல்தான். தனக்குத்தானே பேசிக்கொள்வது. துணி எடுக்கப்போகும் வீட்டுப் பெண்களிடம் பேச்சுக் கொடுத்தாலும் கடைசியிலே ஒரு விசும்பலுடன்தான் அது முடியும். ஆனால், யாரிடமும் அவள் சிலோரின் பேச்சை விரும்புவதில்லை.

"உங்கள நத்திப் பொழைக்கிறவுங்கள இப்பிடிச் செஞ்சிட்டீங்களே. படுக்கவும் வுடல; பாயும் தரல. நாங்க வாளூரது எப்பிடி?"

மகளைப் பற்றிப் பச்சாதாபமுடனோ, விசாரத்துக்கென்றோ யார் எது கேட்டாலும் அவள் அழுகையையே பதிலாகத் தந்து சென்றாள். மனசோடு உடலும் வற்றிவிட்டது. பைத்தியக்காரியைப் போல அவளின் நடமாட்டம் உருமாறிவிட்டது.

"பெரீ லட்சுமி, மூதேவி. களதைங்களோட பொளப்பு நடத்தினு, பொலம்புறா பாரு."

"ஒன்ன குதிக்கிப்போட, ஒளுங்காப்போயி, எடுத்த சீட்டுத்துட்ட கேட்டு வாங்கீனு, பெரிய்ய நாய்க்கனூட்டுல பாக்கி அஞ்சு மரக்கா நெல்லையும் கேட்டுக்கினு வந்து நில்லு. வண்ணாங் கூலியிலகூட கடஞ்சொல்ற காலமாப் போச்சே. எம் பேரெழவே."

இந்த வருடம் தொறப் பொங்கலைக் கொண்டாட வேண்டாமென்றுதான் கோவிந்தன் நினைத்திருந்தான். கன்னி கழியாமல் மகள் அவுக்கென்று போய்ச் சேர்ந்து ஒரு வருடமாகி விட்டது. மகள் போய்விட்டது அவனை உலுக்கி எடுத்துவிட்டது. சருகுபோல ஒடுங்கிப் போயிருந்தாலும் அவன் இதயத்தில் ஒரு கங்கு கனன்றபடியேதான் இருந்தது. என்ன செய்துவிட முடியும்? என்ன ஏது என்று யாரையும் கேட்க முடியாது. இந்தப்பாடு விதிக்கப்பட்டது. மாரொடச்சிதான் வாளணும். இந்த நெழல வுட்டா வேறு எங்கு அண்ட முடியும்? அதிகமாகக் குடிக்கவும் தொடங்கிவிட்டான். ஆனாலும் ஒரு நாள் உருவேறிய கோபத்தில் ஊர் நாய்க்கனின் வேட்டியை கழுதைக்குத் தின்னக் கொடுத்துவிட்டான். சிலோர் தூக்கிட்டுக்கொண்ட வேட்டி. கழுதை அதைத் தின்னவில்லை. முகர்ந்து முகர்ந்து பார்த்து ஒதுக்கியது. கோவிந்தன் வெறிகொண்டு உதைத்தான். சிறிது நேரம் துணிகளை ஆய்ந்து ஊர் நாய்க்கனின் சட்டையொன்றைக் கவ்வி மென்று தீர்த்தது. சட்டை தொலைந்து போனது என்று கோவிந்தன் சொன்னவுடன் 'தாம், தூம்' எனக் குதித்தான் ஊர் நாய்க்கன். இன்றுவரை அச்சட்டை நிமித்தமாக எச்சில் போன்று வசைகளைக் கோவிந்தன் மீது துப்பிக்கொண்டு தான் இருக்கிறான் நாய்க்கன்.

இந்த ஊரிலும் சுற்றுப்பட்டிலுமுள்ள முப்பது வண்ணார் குடும்பங்களுக்குமே கோவிந்தன்தான் பெரியவன். தொறப் பொங்கலைக் கொண்டாடாவிட்டால் உறவுச் சனங்கள் விடுவார்களா? எதைக் கொண்டாடாவிட்டாலும் தொழில் நடக்கச் சுருணை செய்கிற அந்தச் சாமிக்குப் பொங்கலிட்டுப் பலியிடுவதுதானே ஞாயம்?

முப்பது குடும்பங்களும் கூடிப் பேசி சுற்றிலுமிருக்கிற அஞ்சாறு கிராம குடியான வண்ணார்களுக்கும் கோயிலைக் கட்டுவது என்றும் தீர்மானமாகியிருக்கிறது. முன்னோர் கும்பிட்டு வந்த சாமி எதுவென்று யாருக்கும் தெரியாது. சில பெரிசுகள் இதைச் சொன்னபோது அவை பொருட்படுத்தப்படவில்லை. பக்கத்து ஊர்களிலும் பறவண்ணார் முதற்கொண்டு குடியான வண்ணார் வரை பாட்டைச்சாரியம்மனைத்தான் குலசாமியாக வைத்து விழா எடுக்கிறார்கள். நாமும் ஊரோடு ஒக்க ஓடிவிடுவோம்; நாலோடு நடுவு ஓடிவிடுவோம் என்று கதை முடிந்துவிட்டது. தொறப் பொங்கலுக்கென்றே பக்கத்தூர் மணியிடம் சீட்டுக் கட்டி வந்தான் கோவிந்தன். இப்போது அதை எடுத்திருக்கிறான்.

அரண்மனை போல வியாபித்திருந்த வீட்டின் திண்ணையில் இருந்தான் ஊர் நாய்க்கன்.

"வாடா கோயிந்தா. நானே ஆளு வுடலாம்னு இருந்தேன். இது யாரு? உம் பையனா? எம் பேரங்கூட படிக்கிறது இவந்தானா? நாளைக்கி மில்லுக்கு அம்பது மூட்ட நெல்லடிக்கணும். காலம்பறவே வந்து களுதைங்கள்ள ஏத்திக்கொண்டு போயிடு."

"ஆவுட்டும் நாக்கிரோவ். ஒரு அஞ்சு மரக்கா நமுக்கு நிக்கிது. தொறப் பொங்கலு வேற வருது, வூட்ல ஒன்னுமில்ல."

"நான் அஞ்சு மரக்கா அளக்காமலா ஊங் வூட்டுல ஒன்னுமில்லாம போச்சி? ஏண்டா, எம் பேரனுக்குச் சமமா உம்புள்ளையும் கான்வென்டுல படிக்கிது. நீ கைய விரிக்கிற. வாங்கிக்குவ போ."

"அப்பிடியே நாக்கிருகீட்ட ஒரு உத்தரவு வாங்கிக்கணும். தை வரப்போகுது. வெள்ளாவிப் பண்டிக நடத்திப்புடலாம்னு."

"ஏன்டா வெறிபூக்கு. ஊர் கெங்கம்மா பண்டிகைக்கே இன்னும் சாட்டு வைக்கல. வருசத்திலேயே நம்ம ஊருதுதான் மொத பண்டிக. தெரியுமில்ல.

உங்களுக்கென்னடா அவசரம். அப்பறம் பாத்துக்கலாம் போ."

"தெரியுங்க. மின்னாடியே ஒரு வார்த்த சொல்லிட்டு, உங்கவாப் பொறப்ப கேட்டுக்கலாம்னுதான்."

நாயக்கனின் பேரன் ராமாஞ்சலு "சோறெடுக்க வந்தியா" என்றான் மாயனிடம். அவனிடமிருந்து கேலியும், இளப்பமும் கலந்த சிரிப்பு வெளிவந்து கொண்டேயிருந்தது. "ஸ்கூல்ல கவனிச்சிக்கிறேன் வாடா" என்றான் மாயன்.

இரவெல்லாம் முடிச்சிக்கு உடம்பு சரியில்லாதது போலக் கத்திக்கொண்டும், கனைத்துக்கொண்டும் இருந்தது. காலையில் அதற்கு வயிறு வீங்கிவிட்டிருந்தது. ஜெயலா, மாட்டுச்சாணம் கொண்டுவந்து கழுதையின் வயிறு முழுக்கப் பூசிவிட்டாள். ஒரு வாரமாகவே இப்படி இருப்பதால் இன்று செய்தே விடுவோம் என்று, கம்பி காய்ச்சி சூடுபோட்டான் கோவிந்தன். வலியால் கழுதை கத்தியது. அதன் உடம்பு தவித்தது. காலையிலேயே கோவிந்தன் கழுதைகளுடன் போய், நெல் மூட்டைகளை ஏற்றிக்கொண்டு புறப்பட்டான். நெல்மூட்டைகளுடன் கழுதைகள் அரக்கி அரக்கி நடந்துகொண்டிருந்தன. கோவிந்தனிடம் நான்கு கழுதைகள் உண்டு. அவைகளில் முடிச்சிக்கு நோய் கண்டிருக்கிறது. கிட்டனும், குண்ட்டியும், கரி மூஞ்சியும்தான் இப்போது நடந்துகொண்டிருப்பவை. எல்லாம் மாயன் வைத்த பெயர்களே. இவர்களின் கழுதைகளுக்குப் பின்னே காமய்யா, நாகமணி இருவரின் கழுதைகளும் வந்து கொண்டிருந்தன.

கழுதைகளின் முன்னங்கால் தொடைகளுக்கிடையில் கயிற்றைப் போட்டு, மூட்டைகள் மேல் பெருக்கல் குறிபோல் இறுக்கி, வாலுடன் பிணைத்திருந்தனர். வாலினை முறித்துவிடும்படி அடிசுற்றியிருந்த கயிற்றின் உராய்வினால் வாலை ஆட்டி ஆட்டி நடந்தன கழுதைகள். முதுகெலும்பின் கடைசிக் கணுவரை அழுந்தியிருந்தது சுமை. மாயன் கிட்டனுடன் பேசிக்கொண்டே வந்தான். கழுதைகளுடன் பேசுவது அவனுக்குப் பிடித்திருந்தது.

அவர்களை மறித்த ஆற்றைக் கடந்தபோது தரைப்பாலத்தின் மேலே நீர் ஓடவில்லை. மணல் தூர்ந்து போகாமலிருந்த ஒற்றைக் கண் வழியே மட்டுமே தண்ணீர் ஓடிக்கொண்டிருந்தது.

"எங்க ஸ்கூல் வாத்தியார் ஒரு கதை சொன்னார். அதுல ஒருத்தன்

இப்பிடித்தான் ஆற்றைக் கடக்கும்போது, அவன் கழுதை தண்ணீல விழுந்து உப்பு மூட்டைய கரச்சிட்டு, அந்த வியாபாரிய நல்லா ஏமாத்திடும். மறுமுறை பஞ்சை ஏத்திப் பழி வாங்குவாள் அந்த வியாபாரி, உப்பு மூட்டைன்னு தண்ணீல விழுந்து, பஞ்சில தண்ணி ஏத்திக்கினு பாரஞ்சுமக்கும் அந்தக் கழுதை."

"மனிதர்களுக்கு நீதி புகட்டத் திராணியில்லாத மனிதன். கழுதைகள் திருந்தினால் மனிதராகுமா? உப்பும் போச்சி; பஞ்சும் போச்சி. மாவும் போச்சி; மாவு கட்டின துணியும் போச்சி." கிட்டன் பலமாய்ச் சிரித்தது.

கான்வெண்டின் வாசலுக்கு நேராக நீண்டிருந்த தெருவின் கோடியில் அழுக்கு எடுத்துக்கொண்டிருந்தாள் ஜெயலா. ஓலைத்தடுப்புகளால் நிர்மாணிக்கப்பட்டிருந்த காற்றுச் சுதந்திரம் கொண்ட அந்த வகுப்பறையிலிருந்து பார்த்தால் கிராமத்தின் பல தெருக்கள் தெரியும். வெளுத்த கழுதை மூத்திரம்போல காலைப் பொழுது இருந்தது. துணி மூட்டையைத் தலையில் மாட்டிக்கொண்டு சுமையின் அழுத்தத்தால் கூன்போட்டபடி வந்துகொண்டிருந்தாள் ஜெயலா. மனிதக் கழுதை போலத் தெரிந்தாள். மாயன் பாடத்தை உள்வாங்காமல் தெருவையே பார்த்துக்கொண்டிருந்தான்.

"சாதி இரண்டொழிய வேறில்லை சாற்றுங்கால்..."

"சாதின்னா என்ன அய்யா?"

ஆசிரியரின் மூளையை நறுக்குவது போல அக்கேள்வி வகுப்பில் எழுந்தது. கள் அருந்திய போதையில் குடிக்க வாங்கித் தந்தவன் எல்லாம் மேல்சாதி, வாங்கித் தராதவன் எல்லாம் கீழ்சாதி என்றுகூட அவ்வைக் கிழவி உளறித் தொலைத்திருக்கலாம். ஆசிரியரால் முடியவில்லை.

"அதூ... நம்ம மக்கள அந்தக் காலத்துலர்ந்தே தனித்தனி குழுவா பிரிச்சி வச்சிருக்காங்க. ஒவ்வொரு குழுவும் ஒரு சாதி. உதாரணமாக நாயுடு, கவுண்டர், பறையர், வண்ணார் - இப்படி."

"அய்யா நாங்க நாயுடுங்க."

"நாங்க கவுண்டருங்க."

"இதோ இவுங்க பறையருங்க."

“சார் மாயன் வண்ணாஞ்சார். எங்க துணியெல்லாம் இவுங்க தான் சார் தோய்க்கிறாங்க.”

“டேய்... பறையர், வண்ணான்னெல்லாம் பேர் சொல்றது குத்தம்.”

“அப்போ நாங்க சொல்லிக்கிறது கூடவா சார்?” என்றான் ராமாஞ்சலு.

நோட்டுப் புத்தகத்திலிருந்து காகிதம் கிழித்துத் துண்டுகளாக்கி முன்னிருக்கையிலிருக்கும் பிள்ளைகள் தலையில் போட்டான் பாண்டு.

“எல்லார் தலையிலும் மாடு மேயுதேய்.”

“மாயந் தலையில் மட்டும் கழுதை மேயுதேய்” என்றான் ராமாஞ்சலு.

பிள்ளைகள் மாடுகளைத் தலையிலிருந்து தள்ளிவிட்டுப் பாண்டுவைத் திட்டினர்.

அடுத்துவந்த வகுப்பில் விலங்குகளின் பயன்களை ஆசிரியர் சொல்லிக்கொண்டிருந்தார். ராமாஞ்சலு, “சார் மாயன் கழுதை சார்” என்றான். பிள்ளைகள் சிரித்தனர். கம்பியைக் காய்ச்சி கோவிந்தன் இழுத்த வலி இருந்தது மாயனுக்கு. ஒன்றுக்கு விட்டபோது “டேய் ராமா மத்தியானமா ஆத்துக்கு வரமாட்டே? வாடா உன்ன கவனிச்சிக்கிறேன்” என்றான் மாயன்.

கிண்டலின் போதெல்லாம் ராமாஞ்சலுவிடமிருந்து வெளிப்படும் சிரிப்பு ஊர் நாயக்கனின் அசட்டுச் சிரிப்பு போலவே இருந்தது. மம்மார்ந்த அச்சிரிப்பின் ஓர் இணுக்கிலேயே எதிராளியைப் பொடிப் பொடியாக உதிர்த்துவிடும் பலம், அச்சிரிப்பின் கூடவே கண்ணெதிரே விரியும் சிலோர் முகம். தீய சக்தியொன்றினால் மீளக் கூடாதபடி அலைக்கழிக்கப்பட்டதுபோல் தோன்றும் முகம். ஜொலிக்கும் சூரியனைச் சொற்ப நேரம் உற்று நோக்கியபின் பார்வை மாற்றும் இடங்களிலெல்லாம் பறக்கும் பலநிற ஒளிப்பூச்சிகள் போலவே எழுந்தெழுந்து அமிழும் அக்காள் முகம்.

அன்று அரைநாள் பள்ளியாதலால் பூட்டிக்கிடந்த கான்வெண்டின் முன்னால் அவர்கள் விளையாடிக் கொண்டிருந்தனர். மஞ்சளாய் வெய்யில் பாரித்தது. திடுமென மழைத் தூறலும் தொடங்கிவிட்டது. புர்மந்தண்டு செடியின் பால் போல மஞ்சளோ மஞ்சளாய் பரவித் தகித்த வெய்யிலின் ஊடே வெள்ளைச் சரங்களாய் மழைக் குச்சிகள் பூமியைக் குத்தி வீழ்ந்தன. காதுகள் விடைத்துக்கொண்டு, பிடறி மயிர்கள் சிலிர்த்தபடி கிட்டன் அங்கு

வந்து நின்றான். மழையிலே நனைவது கிட்டனுக்குப் போதையில் உறைவதைப் போலிருந்தது. சிறுசுகள் உடம்பு சிலுப்பிக்கொண்டு “காக்காய்க்கும் நரிக்கும் கல்யாணம்டா டோய்” என்று கத்தினர். ராமாஞ்சலு, “கழுதைக்கும் மாயனுக்கும் கல்யாணம்டா டோய்” என்றான்.

மாயன் ராஜாவாகி கிட்டனின் மீது ஆரோகணித்தான். அதன் விடைத்த காதுகளை அவன் பிடித்துக்கொண்டதும் வாலைக் கிளப்பிக்கொண்டு மழை சொரியும் வானத்தைப் பார்த்து இளித்தான் கிட்டன். பலகை பலகையாக அளவாய் வெட்டியது போலிருந்த அவன் பற்கள் மஞ்சளாய்ப் பளீரிட்டன. மஞ்சள் வெய்யில் கிட்டனின் கண்களில் நிரம்பி வழிந்தது. அவன் உடம்பும், மாயன் மற்றும் சிறுசுகளின் உடம்புகளும் பொன்னாய் மின்னின.

“மன்னர் ஊர்வலத்துக்குப் புறப்படலாம்“ என்றதும் மாயனைச் சுமந்துகொண்டு ஓடத் துவங்கிவிட்டான் கிட்டன். “ஹோய்” என்று கூச்சலுடன் லோக் லோக் என மாயனின் பின்னாலேயே ராமாஞ்சலுவும் மற்ற பையன்களும் ஓடினார்கள். ஊர்வலம் ஆற்றங்கரையிலே போய் நின்றது. கொருக்கந் தட்டையின் வெள்ளைப் பூக்களால் அவர்கள் மாயனுக்குச் சாமரம் வீசினார்கள். கொஞ்ச நேரமாக ஓடியாடிய பின் மாயனும் ராமாஞ்சலுவும் சுத்திச் சண்டை போட்டார்கள்.

“ஏன்டா வேணுமின்டே அடிக்கிறே?” என்றான் ராமாஞ்சலு. “ஆட்டத்துல ஆயிரம் உண்டுப்பா.”

“இர்றா நாளைக்கிக் கவனிச்சிக்கிறேன்” என்று சொல்லியபடி ஓடிய ராமாஞ் சலுவைப் பார்த்து, “பீசி முட்டாள், பீசி முட்டாள்” என்று கெக்கலித்து கைகொட்டினான் மாயன்.

மறுநாளில் கிட்டன் ராமாஞ்சலுவிடம் வசமாய்ச் சிக்கிக் கொண்டான். ராமாஞ்சலு கிட்டனின் வாலில் பட்டாசுச் சரம் கட்டி கொளுத்தி ஓட்டினான். ராமாஞ்சலுவின் கூட்டாளிகள் ஆரவாரம் அதிகமாய் இருந்தது. கிட்டனின் முன்னங்கால்கள் கட்டப்பட்டிருந்தன. அதை சுளுவாய் அவர்கள் பிடித்து விட்டனர். சில பையன்கள் பின்னங்கால்களை உதைக்காதபடி பிடித்துக்கொண்டனர். ராமாஞ்சலு நீளமான பட்டாசுச் சரம் ஒன்றைக் கழுதையின் வாலில் கட்டிக் கொளுத்தினான். கிட்டன் ஓடுவதற்கு வசதியாய் அதன் கால்கட்டையும் அறுத்துவிட்டனர்.

வெடிகள் ஒவ்வொன்றும் மனித அரவமற்று நிலைத்திருந்த ஓணிக் கரையின் மௌனத்தை உடைத்தன. அங்கு இறுகியிருந்த காலம் பொடிப் பொடியாய் உடைந்து சிதறியது. ராமாஞ்சலுவின் கூட்டாளிகளும் அவனும் 'ஓய்' என மேலும் விரட்டினார்கள். காற்றை அறுத்துக்கொண்டு முன் பாய்ந்தது கழுதை. பட்டாசுத் துகள்கள் பின்புறத்தைச் சில்லுச் சில்லாய்த் தீய்த்துக் காயப்படுத்தின. மிரட்சியுடன் "ங்...யூ... கோ...ங்... யூ... ஙோ.." என்று தொடர்ந்து அரற்றியபடி ஓடினான் கிட்டன்.

"ஏன்டா எங் கிட்டன பட்டாசு கட்டி ஒட்டின?" ராமாஞ்சலுவை நெட்டித் தள்ளியபடி மாயன் கேட்டபோது, "ஆட்டத்துல ஆயிரம் உண்டுப்பா" என்றான். இருவரும் புழுதியில் புரண்டார்கள்.

"உன்ன அடிக்காம உடறதில்லடா டேய் ராமா."

"ராத்திரிக்கி சோத்துக்கு வாடா. எங்கம்மாக்கிட்ட போட வேணாம்னு சொல்றேன்."

"அப்ப உங்க நாத்தமெடுத்த துணிங்களெ நீங்களே தோச்சிக் குங்கடா."

புழுதியை உடைகளிலிருந்து தட்டியபடியே போனான் மாயன்.

சாரங்கன் ஊர் நாயக்கனின் கடைசி மகன். கல்லூரியில் படித்துக் கொண்டிருந்தான். சிலோருக்கும் அவனுக்கும் ஈர்ப்பு இருந்தது. ஊரின் கிழக்காக ஓடுகின்ற பெரும் காட்டாற்றைத் தாண்டினால் தென்னை மரக்காடாய் விரிந்திருக்கும் பெரும் நிலம் ஊர் நாயக்கனுடையது. அப்படியே நிலங்களும், மோட்டாங்காடுமாக அப்பகுதி விரிந்து சின்ன மலைத் தொடரில் போய் முடியும். ஊரைத் தாண்டினாலே ஆள் நடமாட்டமில்லாத ஏகாந்தப் பகுதியாகிவிடும். ஆற்றைத் தாண்டி தங்கள் நிலங்களுக்கும், வேலைகளுக்கும் போய் வருவோரின் நடமாட்டம் தவிர எப்போதும் கிழிபடாத மௌனம் வியாபித்திருக்கும். அத்துவான வெளியாய் விரிந்திருக்கும் அந்த ஆறும், நிலங்களும், மலைத்தொடரும்.

நீர் ஓடுகின்ற காலங்களில் கோவிந்தனின் குடும்பமே ஆற்றில் தானிருக்கும். ஆற்றில் நீர் வற்றிவிட்டாலோ, நாலைந்து நிலங்களைத் தாண்டிச் சென்றால் வருகின்ற காட்டு ஓடையில்தான் வெளுப்பது. அங்கும் நீர் வற்றினால் ஊர் நாயக்கனின் பம்பு செட்டுதான்.

தினமும் சாரங்கன் தோப்பு வீட்டுக்கு வந்து போவான். சிலோர் அச்சமயங்களில் தொறப்பாட்டுக்கு வந்திருந்தால், தப் தப் என்று கச்சிதமாய் இடைவெளி விட்டுத் துணிகளை அடிப்பாள். வெளுப்புக்கு வந்திருக்கும் துணிகளில் சிக்கும் ஏதேனும் ஒரு பச்சை நிறத்துணியை நட்சத்திரத்துகள் வெளியாய் பரவியிருக்கும் மணல் படுகையில் காற்றிலே படபடக்கத் தூக்கிப் பிடித்து அசைப்பாள். இவைகளே சாரங்கனுக்கான சமிக்ஞைகள். எல்லாம் கூடிவரும் அபூர்வ நேரங்களில் மணல்வெளியில் அமர்ந்து மணிக்கணக்காய் பேசிக் களிப்பர். இரவின் துண்டாய் பகலில் நகரும் மேக நிழல்போல ஒருநாள் அவர்களின் மேல் கவிந்து விலகின நாயக்கனின் கண்கள்.

பண்டிகை நாளொன்று வந்தபோது சோறு வாங்கிக்கொண்டு சாரங்கனையும் பார்த்துவர நாயக்கன் வீட்டுக்குச் சிலோர் போயிருந்தாள். மாயனும் அவளுடன் போயிருந்தான். வீட்டில் யாருமிருக்கவில்லை. ராமாஞ்சலு வாசலில் விளையாடிக் கொண்டிருந்தான். நாயக்கன் திண்ணையில் இருந்தபடி வெற்றிலை மென்றுகொண்டு, கோழி இறகால் காது குடைந்துகொண்டிருந்தான். கண்கள் பரவசத்தில் செருகியிருந்தன. சிலோரைக் கண்டதும் குதூகலம் வந்துவிட்டது.

"ராவே, வூட்டுல யாருமில்லாத நேரமா பாத்து வர்ற! எல்லாரும் சின்னவனுக்குப் பேசி முடிக்கப் போயிருக்காங்க."

"என்னாமே பேசாமியே போற வந்ததுக்கு உள்ள போயி போட்டு வச்சிருக்கிற துணிய எடுத்துனு போயிடு."

நக்கலுடன், சிலோரின் முகமாற்றத்தைக் கவனித்தான் நாயக்கன்.

"சோறு இல்ல போடா" என்று சொல்லிக்கொண்டிருந்தான் மாயனிடம் ராமாஞ்சலு, பரபரவென்று துணிகளை அள்ளினாள் சிலோர்.

"இந்தா இதையும் எடுத்துக்க."

சில துணிகளைத் தன் வளைத் தடியால் தள்ளிக்கொண்டு வந்தான் நாயக்கன். சிலோர் மடிந்து துணி திரட்டிக் கொண்டிருந்ததையே பார்த்துக்கொண்டு நின்றான். திடுமென, தன் வளைந்த தடியால் சிலோரைத் தாக்கத் துவங்கினான் நாயக்கன். முதுகு, மார்பு, புட்டம் என்று மாறி மாறி எக்குத் தப்பாய் அடிகள் விழுந்தன. தடியைத் தடுக்கும் முயற்சியில் திரும்பித் திரும்பி உடம்பைக்

காட்டி அடிவாங்கினாள் சிலோர். தாவணி நழுவி அலங்கோலமானாள். அழுகை நெஞ்சிலிருந்து எழும்பி பொங்கமாட்டாமல் கட்டிக் கனத்தது. அம்மணமானதாய் உணர்ந்து மார்பை மூடியபடி சுவரில் ஒண்டினாள் சிலோர். மார்பகம் தொடங்கி தொப்புள் வழியாய் நாயக்கனின் எச்சில் பார்வை வழிந்தது. புணர்ச்சியின் முனகல் போன்ற சிரிப்பு ஒன்று அவனிடமிருந்து வந்தது.

"தேவிடியா முண்ட. தெனவெடுத்துப் போயிருக்கா? எம் மவனவா ஓனும்? வண்ணார நாயே. இத்தோட விடறேன். இனியும் இத கேள்விப்பட்டேன் நானே உன்னைக் கெடுத்துப்புடுவேன்."

சிலோர் பீதியுடன் வீட்டிலிருந்து வெளியேறியபோது மாயன்,ராமாசலுவுடன் பல்லாங்குழி ஆடிக் கொண்டிருந்தான்.

விடுவிடுவென போனாள் சிலோர். பின்னாலேயே "இருக்கா வர்றேன்" என்று ஓடினான் மாயன். அவள் முகம் திடீரென வற்றிவிட்டது போலிருந்தது. மிரண்டு தவித்த கண்களிலிருந்து வழி நெடுக நீர்த்துளிகள் கொட்டிக்கொண்டே வந்தன. "என்னாக்கா? என்ன ஆச்சி?" கேட்டுக்கொண்டே பின்தொடர்ந்தான் மாயன்.

காற்று வெளியைக் கோவிந்தன் துண்டு துண்டாக்கினான். அவன் வீசிய சுத்தியின் சுருக்குவாய் வெறிகொண்டு களிப்புடன் வெட்டியது வெளியை. ஒரே வீச்சில் பூமியை இரு துண்டுகளாக்கிவிடும் மும்முரம் தெரிந்தது கோவிந்தனிடம். அவன் வாயிலிருந்து "ம்...ஆ.. ஒரே வெட்டு" என்று வார்த்தைகள் புறப்பட்டன. போதையில் தடுமாறினான். அவன் வேட்டி இடுப்பிலிருந்து நழுவியிருந்தது. ஜெயலா, "அய்யோ தெய்வமே" என்றபடி ஓடிவந்து சுத்தியைப் பிடுங்கினாள். தரையில் மூன்று தட்டுத் தட்டிக் கொண்டுபோய் சாமி மாடத்தில் வைத்துவிட்டு வந்தாள்.

"துப்பட்டிய தூக்கித் தப்ப முடியல. மேலயும் கீளயும் காத்து வாங்குது. ஒரே வெட்டாம் ஒரே வெட்டு."

"ஏய் ஜெயலா. நீ பாருடி களத. நாளைக்கி ஆட்டை ஒரே போடா வெட்டல, நா கோவிந்தனில்லடி.."

கீழே சரிந்திருந்த கோவிந்தனின் குரல் மௌனத்தின் விளிம்பிலிருந்து கேட்டது.

பம்பை ஒலி நரம்புகளை விடைக்கச் செய்து கொண்டிருந்தது. காவி வேட்டியும், இடுப்பில் அகலமான பெல்ட்டும், முண்டாப் பனியனும் அணிந்த பம்பைக்காரன் தன் கற்றை முடி நெற்றியில் விழுந்து சிலும்பச் சிலும்ப அடித்துக் கொண்டிருந்தான்.

"அம்மா கற்பூர நாயகியே கனகவல்லி."

அவனுக்கு வேறு பாட்டு எதுவும் தெரியாது போல. பழைய பாடல்களையோ, புதிய பாடல்களையோ எதையும் முன்மொழிந்து விரும்பிக் கேட்பதில்லை அம்மன். பம்பைக்காரன் அடித்துப் பாடும் எந்தப் பாட்டுக்கும் அவள் முகம் அப்படியேதான் இருக்கிறது. எல்லாத் தெருக்களிலிருந்தும் கூழ்ப் பானைகளுடன் பெண்டுகள் கிளம்பிச் சேர்ந்து கூட்டமாய் நடந்தார்கள். கோவிந்தன் பட்டாக் கத்தியைத் தோளில் வைத்துப் பயபக்தியுடன் நடந்தாள். கிடாயை மாயன் பிடித்து நடத்தினான். கிடாயின் கழுத்தில் மாலை ஆடியது. கிடா சாவை அசை போட்டபடி நடந்தது. பம்பையின் முன்பு சில பெண்கள் ஆடிக்கொண்டு வந்தனர். சில ஆண்களும் ஆடிக் கொண்டு வந்தனர். அவர்களின் ஆட்டம் ஒரே மாதிரியாக இருந்தது. ஒருத்தி அம்மன் போலவே தன் கைகளால் பாவனை செய்து கொண்டு ஆடியவண்ணம் பின் நகர்ந்தாள். எல்லார் கூந்தலும் அவிழ்ந்து தொங்கின. மஞ்சள் நீர் குடம் குடமாக ஊற்றப் பட்ட அவர்கள் உடம்பு ஈரத்தால் சிலிர்த்திருந்தது. ஆடைகள் நனைந்து உடலோடு அழுந்தியிருந்தன. மாயனுக்கு அவர்களின் ஆட்டம் சிரிப்பையும் பயத்தையும் ஒருசேரத் தந்தது.

கெங்கையம்மன் கோயில் பெண்களால் நிரம்பி வழிந்தது. பெண் வாடை நிறைந்து எழுந்த காற்றில் அரசும் வேம்பும் ஆடின. பெரும் அண்டாக்களில் கூழ் நிறைந்திருந்தது. மஞ்சள் நீரை ஆட்டுக்கிடாயின் மேல் ஊற்றி அது சிலிர்ப்பதற்காகக் காத்திருந்தனர். கிடாய் கல்லாய் சமைந்திருந்தது. உத்தரவு தரவில்லை. ஆடு சிலிர்த்து ஒப்புதல் தந்தவுடன் கத்தியை இறக்க கோவிந்தன் கத்தியை தோள்மீது வைத்து விசைகூட்டிப் பிடித்திருந்தான்.

"டேய் கோவிந்தா ஒரே வெட்டுல வெட்டணும். நச்சு நச்சுன்னு வெறகு தறிக்கிற மாதிரி இல்ல இது. ஒரே போடுல போடல புளியாஞ்சுமுறு

பிஞ்சிப் போயிடும்."

உடல் தெளிந்தான் கோவிந்தன். சுளீர் என்று உயிரின் ஆழம் வரை இறங்கிய அடி ஏகமாய் வலித்தது. மாயனுக்கும் அந்த வலி தொற்றிக்கொண்டது.

"வண்ணானுங்க அடி வாங்காததினால ஒடம்பு சவக்கெட்டுப் போயிருச்சி அவனுங்களுக்கு."

ஆடு சிலிர்த்தது. மயிர்க்கால்கள் எழும்ப கத்தியைத் தூக்கி ஒரே மூச்சில் வீசினான் கோவிந்தன். ஒரே வெட்டு, தலை துண்டானது. ரத்தம் பீய்ச்சி சேறாகியது பூமி. சாமியாடிக் கொண்டிருந்தவர்களில் ஒருவன் பாய்ந்து விழுந்து கிடாயின் கழுத்தில் வாய் வைத்துக் குடித்தான். பிறகும் சில கிடாய்கள் வெட்டப்பட்டன.

சாமியாடிகளுடன் அங்கே எல்லம்மாளும் ஆடிக்கொண்டிருந்தாள். அவள் ஒப்பாரி வைத்தபடியே ஆடினாள். துணி துவைப்பது போல் பாவனை செய்தாள். எல்லம்மாவின் முடியைப் பூசாரி கொத்தாகப் பிடித்துத் தூக்கினான்.

"யாரு... யார் நீ..."

"ம்... மஹும்... சி... லோரு"

பம்பையின் ஒலி உயர உயர ஆக்ரோஷமாய் அவள் ஆடிக்கொண்டு அங்கிருந்து ஓடினாள். பூசாரியும் ஆட்கள் சிலரும் அவளைத் துரத்தியபடி ஓடினார்கள். அவர்களின் ஓட்டம் ஆற்றைத் தாண்டி ஓடை வழி ஒத்தைப் புளியமரம் வரை சென்றது. எல்லம்மாளின் முடியைப் பிடித்திழுத்து புளியமரத்தில் வைத்து ஆணி இறக்கினான் பூசாரி, அன்று சிலோர் பேயாக உயிர்த்தெழுந்து வந்து ஊராரின் வாயிலெல்லாம் உலவினாள்.

ஆட்டுத் தலையையும், கூழ் பானையையும் எடுத்துக்கொண்டு வீட்டுக்குப் போனாள் ஜெயலா.

பட்டாக்கத்தியை மாயனிடம் கொடுத்தனுப்பினான் கோவிந்தன். கத்தி முழுதும் ரத்தம் தோய்ந்து சிவந்திருந்தது. மாயனுக்குக் கத்தியைத் தோள்மீது வைத்தவுடன் நரம்புகள் முறுக்கடைந்தன. கண்களை உருட்டி விழித்துச் சிரித்தான். 'ஹோய்' என்று ஆடிக்கொண்டு வீடு நோக்கி ஓடினான். நடுத்தெருவிலே ராமாஞ்சலுவைப் பார்த்தான் மாயன். உடம்பு நிறைந்து ஆடும் சாமியாடியைப் போலத் திமிறினான் அவன் முன்னால். "அஹ்ஹஹ்ஹா"

என்று சிரித்தான். பட்டாக் கத்தியை இரு கைகளாலும் இறுக்கி விழிகள் உருட்டியபடி உயர்த்தினான். ராமாஞ்சலு ஒன்றுக்கிருந்து விட்டான்.

"டேய் ராமா உன்ன விடறதில்லடா இன்னிக்கி."

துள்ளாட்டம் போட்டுக்கொண்டுத் துரத்தினான் மாயன். ராமாஞ்சலு ஓட்டம் பிடித்தான். இரண்டு தெருக்கள் கடந்து வீட்டுச் சந்து ஒன்றில் ஒடுங்கிக்கொண்டான் அவன். நடுக்கமுடன் கொஞ்ச நேரம் கழிந்தபோது வேறொரு வீட்டின் அருகிலிருந்து சிரித்துக் கொண்டே வெளிப்பட்டான் மாயன்.

"பயந்துட்டியாடா ராமா? சும்மா மெறட்டினேன்டா." ராமாஞ்சலுவுக்குப் பழிப்புக் காட்டி சிரித்துக்கொண்டு ஒரு புள்ளியாய் ஓடி மறைந்தான் மாயன்.

செம்மண் கலந்து மெழுகியச் சாணத்தரைக் குளிர்ச்சியுடன் முகட்டு வளையைப் பார்த்தபடி படுத்திருந்தான் கோவிந்தன். வெய்யில் சரம் சரமாய் ஓலைத் துளைகள் வழியே நுழைந்து வீடு முழுக்க வெள்ளிக் காசுகளாய் இறைந்தது. இரவு வந்ததும் நிலவின் இழைகளும் துண்டுகளை இறைத்தன. தகதகவென ஜொலித்த காசுகள் திடீரென்று ஒவ்வொன்றாய்க் கருப்பாகிக் கொண்டே வந்தன. கூரையைப் பார்த்தான். அதே நிலவின் இழைகள். ஒவ்வோர் ஒளிச் சிந்தலாய்ப் பின்தொடர்ந்து நகர்ந்தன. எல்லாமே கரும் புள்ளியாகி வீடு இருண்டுவிட்டது. வெளியில் வந்தான். பட்டையுரிய காய்ந்த நிலா பின்னோக்கித் தொலைதூரம் போய் கரும்புள்ளியாகி மறைந்தது. அப்புள்ளியை நோக்கி ஓடிக்கொண்டே இருந்தான் கோவிந்தன். கனாவுக்குப் பிறகு உறக்கம் குலைந்து போனது. நைந்த துப்பட்டியால் உடம்பைச் சுருட்டி சுவரில் சாய்த்து விடியும் வரைக்கும் இருமியபடி பீடி இழுத்துக்கொண்டிருந்தான். தொறப்பாட்டுக்குப் போகவில்லை.

மாயன் கான்வென்டுக்குப் போய்விட்டான். ஜெயலா சாப்பனை கொட்டியபடி உலாத்திக்கொண்டிருந்தாள். எழுந்து ரோட்டு டீக்கடைக்குப் போனான் கோவிந்தன். ஓர் ஓரத்தில் நின்று டீ குடித்தான்.

புழுதி கிளப்பியபடி அப்போது போன ஒரு வேனின் பின்னாலேயே நாலைந்து ஆட்கள் ஓடினார்கள். ஆத்துக் கரை தோப்பில் தேங்காய் வெட்டு நடந்து

கொண்டிருந்தபோது ஊர்நாயக்கன் மேப்பு பார்த்தபடி உட்கார்ந்திருந்தான். உறக்கம் இழுத்துக்கொண்டு போனது அவனுக்கு. பிரகாசமான ஒரு புள்ளி வந்து உடம்பில் ஒட்டி இழுப்பது போலிருந்தது. எழுந்து நடந்தான். கிணற்றில் 'திமீல்' என்ற இரைச்சல் கேட்டது. ஆள்காரரர்கள் பதறியடித்துக் கொண்டு வந்து தூக்கிக் காப்பாற்றிவிட்டார்கள். மயக்கம் தெளியவில்லை. நாயக்கனை வேனில் போட்டு டவுனுக்கு எடுத்துக்கொண்டு ஓடினார்கள்.

"ஊர் நாக்கிரு கெணத்துல உளுந்திட்டாராம். காப்பாத்திட்டாங்களாம். ஆஸ்பத்திரிக்குத் தூக்கிட்டுப் போறாங்க."

டீக்கடையில் பேச்சு சூடு பிடிக்கத் தொடங்கிவிட்டது. கோவிந்தன் பீடியை ஆழமாய் இழுத்தான்.

"கொஞ்ச நாளாவே அவருக்குச் செரியில்ல. படுத்துனு இருந்தா மேலர்ந்து ஏதோ புள்ளி மாதிரி பெருசாகி பெருசாகி முழுங்க வருதாம். எங்க ஒக்காந்து இருந்தாலும் ஒத்தக்கண்ணு மட்டும் இவரையே பாத்துட்டு இருக்கிறமாதிரி தெரியுதாம்."

"முந்தா நாளு வாந்தி எடுத்திருக்கிறாரு. செவப்பு, நீலம், பச்சன்னு கலர்க்கலரா வாயிலர்ந்து வருதாம்."

"என்னாவோ கெரகம் செரியில்ல."

கூட்டம் கலையும் வரைக்கும் அப்படியே நின்றிருந்தான் கோவிந்தன். மனதுள் எதுவோ நிறைந்து வழிவது போலிருந்தது. இன்னொரு டீ சொல்லிக் குடித்தான். கால்கள் வீட்டுக்கு விரைந்தன. ஜெயலாவைக் காணோம். அடுக்களைப் பானைகளை ஒவ்வொன்றாய் இறக்கி, அடிப்பானையைத் துழாவினான். கிடைத்து விட்டது. சிலோரின் உயிரைப் பறித்த ஊர் நாயக்கன் வேட்டி. அதில் ஒற்றை வண்ணாங்குறி கண் சிமிட்டியது. முகத்தோடு அணைத்துக்கொண்டான் கோவிந்தன். கன்ன எலும்புகள் இறுகி கண்கள் விரிந்தன. தூக்குப் போட்டுக்கொண்ட துணியையோ, கயிறையோ வைத்துக்கொள்வதில்லை. கோவிந்தனிடம் இந்த வேட்டியை எரித்துவிடச் சொன்னார்கள். எல்லாருக்கும் தலையாட்டினான். ஆனால், அப்படிச் செய்யவில்லை. இளஞ்சூட்டுடன் முகத்தை அழுத்திய துணி கண்களைக் கரைத்தது.

"மகளே..."

காட்டுக்குப் போகும் வழியில் களக்கொட்டுடனும், கூடையுடனும் ஜெயலா நடந்துகொண்டிருந்தாள். ஓயாமல் அவள் வாய் சிலோரைப் பற்றியே பிதற்றிக்கொண்டிருந்தது.

"எங் கொடலே! நீ இருந்திருந்தா எனக்கு இந்தப் பாடு உண்டா?"

பாதையோரம் இருந்த சிறுகுழியில் இறங்கி மண்ணைக் கொத்தத் துவங்கினாள். அது நல்ல சிவந்த மண். சதைத் துண்டுகள் போல மண் கட்டிகள் அறுந்து அறுந்து கிளம்பின. சிலோரின் வாசம் அப்போது எழுந்து அவள் உடலைக் கிளர்த்தியது. ஜெயலாவைச் சுற்றிலும் வண்ணாத்திப்பூச்சிகளின் கூட்டம் போலப் பறந்தது சிலோரின் மணம். அவளையும், கோவிந்தனையும், மாயனையும் அவ்வாசம் கொஞ்ச நாளாய் விடாது தொடருவதாய் ஜெயலா நினைத்தாள். மாத்தெடுக்க ஊர் நாயக்கன் வீட்டுக்குப் போனபோது அங்கும் இவ்வாடை வந்தது. துணிக் குவியலிலிருந்து தும்பை நிற வேட்டி ஒன்றைத் தொட்டவுடன் சிலோரின் உடம்பைத் தொட்ட தாய் உணர்ந்தாள். வேட்டி முனையிலிருந்து ஒற்றைப் புள்ளிக் குறி கண்களாய் மாறிச் சிமிட்டியது.

"அய்யோ எம்பொண்ணே" எனச் சப்தமிட்ட ஜெயலாவைப் பார்த்து "போடி நாயே" என்றான் நாயக்கன்.

மண் பிசைந்து வெள்ளாவி அடுப்பைப் பழுது பார்த்தாள் ஜெயலா. நீர் ஊற்றிப் பிசைந்ததும் ரத்தச் சிவப்பாய் மாறியிருந்தது அம்மண். சதையைப் பிசைந்து பூசுவது போலிருந்தது அவளுக்கு. ஈரமண்ணில் கை உளையும்போது சிலோரின் வயிற்றில் கைப்போட்டு இறுக்கித் தூங்கும் சுகம். கதகதப்பாய் தொடும் மண். சிலோரை எடுத்து சிதிலங்களுக்கெல்லாம் பூசினாள் ஜெயலா.

தை பாதி கழிந்துவிட்டது. வண்ணாங்குடிகளுக்கெல்லாம் உற்சாகம் வந்துவிட்டது. தொறப் பொங்கலுக்கு அவர்கள் தயாராகி விட்டனர். வெள்ளை அடிப்பது, புது உடுப்புகள் எடுப்பது என்று வேலைகள். பண்டிகை நாளன்று தெருவிலே தோரணம் கட்ட தழை ஒடித்துவர மாயனை அனுப்பினான் கோவிந்தன். மாவிலை, நொச்சி இலை, கூழைப்பூச்செடிகள், ஆவாரங் கொத்துகள், பண்ணைப்பூ எனத் தேடித்தேடி ஒடித்துக்கொண்டு ஓடைக் கரை ஒற்றைப் புளியமரம் வரை போனான் மாயன். புளியமரத் திம்மையில் காற்றுக்கு ஆடிக்கொண்டிருந்த ஆணி பிணைத்த முடிக்கற்றை அவனைப்

பார்த்ததும் மேலும் ஆடியது. அக்கற்றை சிலோரின் முடியை நினைவூட்டியது மாயனுக்கு. புட்டம் வரைக்கும் வந்து அடிக்கும் முடியிருந்தது அவளுக்கு. அவ்விடமே கதகதப்பாய் மாறிச் சூழ்வது போலிருந்தது மாயனுக்கு. சிலோரின் வாசம் எழுந்து அவன் நாசியை நிறைத்தது அப்போது.

வெள்ளாவி அடுப்புக்குப் படையல் போட்டான் கோவிந்தன். சாமி கும்பிட்டார்கள். அடுப்புக்கு மஞ்சள் பூசி குங்குமம் இட்டிருந்தாள் ஜெயலா. கோவிந்தன் தேங்காய் உடைத்து கற்பூரம் சுற்றினான். கங்கு உடையாமல் இருக்கும் அந்த வெள்ளாவிப் பானையை அவன் வாங்கி வருடங்கள் ஆகிறது. அவர்களுக்காய் வலிக்க வலிக்க வெந்துகொண்டிருக்கிறது அது.

தொறப்பாட்டுக்கு மேல் கையில் ஆற்று மணலிலே பச்சைப் பந்தல் போட்டுக்கல் வைத்திருந்தனர். அங்கேதான் பூசை நடந்தது. கோவிந்தன் மாளாத உற்சாகத்துடன் ஒரே வீச்சில் ஆட்டுக் கிடாயைத் துண்டாக்கினான். பெண்களெல்லாம் அவரவர் துவைக் கற்களுக்கு மஞ்சள் பூசிப் பொட்டிட்டனர். அங்கேயே பொங்கலிட்டார்கள். எல்லார் சட்டியிலிருந்தும் சோறெடுத்துப் பெரிய வாழையிலையில் பந்தலுக்குள் படையலிட்டான் கோவிந்தன். படையல் சோற்றைப் பிசைந்து ஆளுக்கொரு கவளமாகத் தந்தான். தொண்டைக்குள் சோறு இறங்கியபோது எல்லார் முகங்களும் துலங்கின. மாலை வெய்யிலில் அந்தக் கூட்டம் மணல் படுகையில் ஒளிர்ந்து உலவியது. ஆட்டுக் கிடாயைப் பங்கு போட்டனர். மணலில் கால் புதையும் போதெல்லாம் மகளின் சூட்டை உணர்ந்தபடி இங்குமங்குமாய் உலவிக்கொண்டிருந்தாள் ஜெயலா.

**இ**ரட்டைவால் கருங்குருவிகள் சில ஒல்லியான கொருக்குச் செடிகளின் உச்சியில் வந்தமர்ந்து ஊஞ்சல் ஆடின. தவிட்டுக் குருவிகளால் ஆற்றோரப் புதர்கள் சலசலத்தன. பொழுது ஏறி இருந்தது. பாதித்துணிகளைத் தப்பி முடித்திருந்தான் கோவிந்தன். மாயன் அங்குமிங்கும் ஓடியாடிக்கொண்டிருந்தான். ஜெயலாவும் துணி அடிப்பதிலேயே ஆழ்ந்திருந்தாள். தப்பொலிகள் சீராய் எழுந்து ஒலி மின்னல்கள் போலக் காற்றில் விழுந்து கொண்டிருந்தன. மனிதர்கள் அற்றுப்போனது போல நின்ற அந்த ஆற்றுப் படுகையில் கோவிந்தனும் ஜெயலாவும் மட்டுமே நின்று இயங்குவது போலிருந்தது. தப்போசை தவிர்த்த மௌனமே அங்கு ஆறாகவும், கரையோர நிலங்களாகவும்,

உயரே தென்னைகளாகவும், மலைத் தொடர்களாகவும், வானாகவும் வியாபித்திருந்தது. பொழுது ஏறிஏறி வெய்யில் இன்னும் சுள்ளென்று பொலிந்து கொண்டிருந்தபோது ஊர் நாயக்கன் ராமாஞ்சலுவுடன் தனது நிலத்திலிருந்து ஆற்றிலிறங்கி வந்து கொண்டிருந்தான். இரண்டு புள்ளிகள் தம்மை நோக்கி வருவது போலிருந்தது மாயனுக்கு. அவன் கோவிந்தனிடம் போய் நின்றுகொண்டபோது ஒருவேட்டியை எடுத்தான் கோவிந்தன். தும்பைப்பூ வேட்டி. ஒற்றைக்குறியுடன் அது மாயனை ஈர்த்தது. கோவிந்தன் அதைத் தப்பும்போது நாயக்கனும் ராமாஞ்சலுவும் அருகில் வந்துவிட்டிருந்தனர்.

"டேய் கோயிந்தா. சாயந்திரமா வூட்டுப்பக்கம் வாடா."

துணியைப் போட்டுவிட்டு ஓடினான் கோவிந்தன்.

"உம் மவந்தானே அது? கெடா வெட்ன கத்தியை எடுத்துக்கிட்டு எம் பேரன தொறத்தினானாமே? ரொம்ப நாள் கழிச்சித்தான் இவஞ் சொன்னான். அப்பவே தெரிஞ்சிருந்தா நானே வெட்டிப் புட்டிருப்பேன் உம்மவன. உம் மகதான் ஊர்மேல போயி நாண்டுக் கினா. இவனையாவது சொல்லி வளர்க்கிறதுல நீ?"

"நாக்கிரோவ்... நீங்களே இப்பிடி பேசினா எப்பிடி?"

குனிந்திருந்த கோவிந்தனிடமிருந்து வார்த்தைகள் பிணங்களாக விழுந்துகொண்டிருந்தன. அப்போது மெதுவாய் வலுத்த காற்றிலே சிலோரின் மணம் நிறைந்து அந்த வெளியெங்கும் வியாபித்தது. மாயனுக்கு விறைப்பு வந்து நிமிர்ந்தது உடம்பு. அவன் தோல் குளிர்கால மேனி போலத் தடித்து மயிர்கள் ஊசி போல நின்றன.

பிடறி மயிர்கள் சிலிர்த்து அலைந்தன. கனைத்துக்கொண்டு எழுந்தான் கிட்டன். காற்றைக் கிழித்துக்கொண்டு பாய்ந்தவன் நாயக்கனுக்குப் புட்டத்தைக் காட்டியபடி பின்னங்கால்களால் உதைத்தான். ராமாஞ்சலுவுக்கும் உதைகள் விழுந்தன. இருவரின் பற்களும் மணலில் உடைந்து விழுந்தன. அவர்கள் வாயிலிருந்து ரத்தம் பெருகியது. கிட்டன் மேலும் மேலும் அவர்களை உதைத்துக் கொண்டிருந்தான்.

"தாயோளி மவனே, புடுங்குறதுக்கா நாக்கிரு பேரன மெறட்டுன?"

கோவிந்தனிடமிருந்து வகையான ஒரு அறை விழுந்தது மாயனுக்கு. கண்களில் நீர் கொண்டு மலங்க மலங்கப் பார்த்தான் மாயன்.

வெள்ளையாய்த் துலங்கிக்கொண்டிருந்த வெய்யிலில் நாயக்கனும் ராமாசலுவும் ஒற்றைக் குறிக் கரும்புள்ளியாய் நகர்ந்து கொண்டிருந்தனர் அவன் எதிரே.

*கணையாழி,* அக்டோபர் 1999

## நாணல் மனங்கள்

### 1

முழுநிலா துரிஞ்சி மரங்களின் மேல் நின்றிருந்தது. மாசிலான் தனியாக ஒரு பாறையின்மீது உட்கார்ந்து நிலவைப் பார்த்தபடி இருந்தான். வெம்மையில்லாத ஒரு பகல்பொழுதில் உட்கார்ந்துகொண்டிருப்பது போல நிலவின் ஒளி அவனுக்குக் காட்டைத் திறந்து விட்டிருந்தது. முன்பு போலவெல்லாம் இப்போது காட்டில் மரங்கள் கிடையாது. விறகுக்கும், வயிற்றுப்பாட்டுக்கு விற்பதற்கும், சாராயம் காய்ச்சவும், மரச்சாமான்களுக்கும் என்று வெட்டிவிட்டார்கள்.

மாசிலானுக்குப் புத்தி தெரிந்த நாளிலிருந்து இந்தக் காடும் அவன் கூட்டாளிகளில் ஒருவனைப் போல இருந்து வருகிறது. அவனுக்கு அதன் ஒவ்வொரு மரமும், பாறை முகடுகளும் தெரியும். உயர்ந்த பாறைகளின் மேல் ஏறி நின்று வானத்தைத் தொட்டு விட்டதாய் பலமுறை பரவசப்பட்டிருக்கிறான். அங்கிருந்து தொலைவில் சிறுத்துத் தெரியும் ஊர்களைப் பார்த்து அவை இத்தனை சிறியவையா என்று மலைத்திருக்கிறான். அருகிருந்தால் அவை காட்டும் பிரமாண்டம் எவ்வளவு பொய்யானது என்றும்கூட தோன்றியிருக்கிறது அப்போது.

அவையெல்லாம் ஒரு காலம். இப்போது காடு காடாகவேயில்லை. திடீரென அவனுக்குப் பாறைகளெல்லாம் பலூன்களைப் போல சுருங்கித் தெரிந்தன. மரங்கள் எல்லாம் தோட்டத்துச் செடிகள்போல உருமாறியிருந்தன. காட்டின் நடுவில் தனிமையிலே இப்படி உட்கார்ந்திருப்பது துக்கத்தைக் கிளறியது. ஒரு துயரமானவனின் அருகில் அமர்ந்திருப்பதைப் போலிருந்தது.

கொஞ்ச தூரத்தில் பெரும்பாறைகளிலிருந்து கூச்சலும் கும்மாளமும். பொன்னுசாமியின் பீடி மண்டியிலிருந்து இருபத்தைந்து பேர்கள் காட்டைச் சுற்ற

அன்று மாலையில்தான் அங்கு வந்து சேர்ந்தார்கள். ஊர் அருகிலேயே இந்த மலையும் காடும் இருப்பதால் மாதத்துக்கு ஒருமுறையோ, சில மாதங்களுக்கு ஒரு முறையோ காட்டுக்கு வருவார்கள் அவர்கள்.

இரண்டு நாட்களுக்குக் காட்டுக்குள்ளேயே தங்கி, ஆக்கித் தின்று, சீட்டு விளையாடியோ காட்டைச் சுற்றியோ கழிப்பார்கள். இரவு உணவு ஆனதும் ஆளாளுக்குப் பிரிந்து சீட்டாடிக்கொண்டும் பாடிக்கொண்டுமிருந்தார்கள். மாசிலானுக்கு யாருடனும் இருக்கப் பிடிக்கவில்லை. காடு பேரமைதியாக இருந்தது. சிள்வண்டுகளின் சத்தங்களும் அந்த அமைதியில் கரைந்துவிட்டன. தேன்மலையின் செங்குத்துப் பாறைகள் நிலவொளியில் வினோதமாய்த் தெரிந்தன. மாமரத்து ஏரியின் பக்கமிருந்து நரிகளின் ஊளை. மாசிலானின் கவனம் தடைபட்டுத் திரும்பியது. பெரும்பாறையிலிருந்து பாட்டுச் சத்தம். தன்ராஜ் அண்ணன்தான் பாடுவது.

'ஒருமுறை பார்த்தாலே போதும்
உந்தன் உருவம் என் மனதைவிட்டு
நீங்காது எப்போதும்.'

தன்ராஜ் அண்ணனுக்கு எப்போதும் பழைய பாட்டுதான் பிடிக்கும். சீர்காழி, மகாலிங்கம் என்று உச்சஸ்தாயி குரல்களையே விரும்பிப் பாடுவார்.

'கருவிழிப் பார்வையில் மின்னல் வழிந்தோடும்
கற்பனைக்கெட்டாத அற்புத சுரம் பாடும்.'

மாசிலானுக்குக் காதுகளும் நெஞ்சும் அடைத்துக் கொண்டன. இளஞ் சூட்டுடன் காதலின் நினைவுகள் உள்ளே குமிழியிடுகின்றன. கண்மணியை நினைத்துக்கொண்டான். வெயில் பூச்சிகளைப் போல் காடெங்கும் நிலவொளியில் பறந்தது அவள் முகம். காட்டிலே இரவின் தனிமையில் அமர்ந்து அவளை நினைப்பது மனதுக்கு அண்மையாய் இருந்தது. இந்நேரம் தூங்கிக்கொண்டிருப்பாள். லேசாக ஒருக்களித்து, கைகளில் ஒன்றை நெற்றியின்மேல் படரவிட்டு, கொஞ்சமாகக் கோணியபடிதான் அவள் படுப்பது. உரோமங்கள் கொட்டிப்போன பிள்ளைத்தாச்சியின் கெண்டைக் கால்களைப் போல் தெரியும் அவள் கால்கள். பகலெல்லாம் ஓயாது பேசிய களைப்பில் கொலுசுகளும் அவளோடு தூங்கிக்கொண்டிருக்கும். இரவுப்பூவொன்றின் வாசம் காற்றிலே பரவும்.

மேட்டுத் தெருவிலிருக்கும் மருக்கொழுந்துவிடம்தான் பீடி இலைகளை வெட்டக் கொடுத்திருந்தான் அப்போது மாசிலான். இளம் வயசின் வேகத்தில் ஒரு நாளைக்கு மூன்றாயிரம் பீடிகளைக் கூட சுற்றிவிடுவான். காலையில் முறத்தில் புகையிலைத் தூளையும், வெட்டிய பீடி இலைக் கட்டுகளையும் எடுத்துக்கொண்டு உட்கார்ந்தால் பீடிகள் வேகமாய் உருளும். பறவையொன்றின் கூடுபோல் சணல் பையின் துண்டில் சுற்றப்பட்டிருக்கும் பீடி இலைகள் சீக்கிரம் காலியாகும். பீடி புன்னிகளை மூடும் பையனை அடிக்கடி மருக்கொழுந்துவின் வீட்டுக்கு வெட்டிய இலைகளை எடுத்துவர அனுப்புவான்.

"வெட்டித்தர்ற எலையில் ஒங்க மொதலாளி என்னா பீடி சுத்தறாரா? இல்ல சின்னப் பசங்கமாதிரி வெளாடி கிளிச்சிப் போடறாரா?"

பையன் ஒருமுறை மருக்கொழுந்து சொல்வதைச் சொன்னான். அவள் உடனுக்குடன் பீடி இலைகளை வெட்டித்தர முடியாமல் சலித்துக்கொள்கிறாள் என்றான். மாசிலான் வேகமாய் எழுந்து அவள் வீட்டுக்குப் போனான்.

"இந்தா குடுத்தனுப்புறன்னனே! நீ என்னாத்துக்கு வந்த?"

பேசிக்கொண்டிருந்த மருக்கொழுந்துவின் முடியைப் பற்றி இலைவெட்டும் சுத்திரியால் கொண்டையை வெட்டினான். மருக்கொழுந்து கத்தி ஊரைக் கூட்டினாள். பேசமுடியாமல் வாயடைத்து நின்றிருந்த பெண்கள் கூட்டத்தில் கண்மணியும் இருந்தாள். ஊர் பஞ்சாயத்தில் மருக்கொழுந்தின் கொண்டைக்கு அவன் அபராதம் கட்ட வேண்டியிருந்தது.

இலைவெட்ட ஆள் கிடைக்காமல் சில நாட்களுக்கு அலைந்து கொண்டிருந்தான் மாசிலான். அவனே வெட்டி பீடி சுற்றுவது சிரமமாக இருந்தது. முரட்டு இலைகள் வெட்ட வெட்ட தீர்வதுமில்லை. பிறகுதான் கண்மணி இலைவெட்டுவதற்குக் கிடைத்தாள். இலை வெட்டக் கேட்பதற்கு அவள் வீட்டுக்குப் போயிருந்தான் மாசிலான். அவள் மிரட்சியுடன் நின்றாள். அவளைப் பார்த்ததும் அவனுக்கும் பேச வரவில்லை. அவள் அழகாய் இருப்பதாய் நினைத்தான் மாசிலான்.

"செய்யற தொழில போயி வெளையாட்டுண்ணா யாருக்குத் தான் கோவம் வராது?"

வெகுளியாய் பேசிக்கொண்டிருப்பவனை ஆச்சரியமுடன் பார்த்துக்கொண்டிருந்தாள் அப்போது கண்மணி. மெல்லிய பிரியம்

இருவரையும் பிடித்துக்கொண்டதும் இருவரும் சேர்ந்து பீடி மண்டிக்குப் போகத் தொடங்கியிருந்தனர். பீடிக் கட்டுகளை அடுக்கிய கூடையை மிதிவண்டியில் வைத்து தள்ளிக்கொண்டு நடப்பான் மாசிலான். அவனை ஒட்டியமாதிரி பீடி லேபிளை ஒட்டிய கட்டுகளைக் கூடையில் சுமந்தபடி போவாள் கண்மணி. இரண்டு கைகளும் தலைச்சுமையைப் பற்றியிருக்கும். காற்றுடன் போராடும் மாராப்பின் கூச்சத்தில் அவள் நெளிவதை ரசிப்பான் அவன். அவன் உடனிருக்காத சமயங்களில் அவளைப் பின்தொடர்ந்து சீண்டும் ஒருவனை நடுச்சாலையில் உதைத்தான் மாசிலான்.

"உன்ன ஒருத்தன் கேலி பண்றத பாத்துனு சும்மா இருக்கச் சொல்றியா?"

இல்லையென்று அவனை ஆழமாய்ப் பார்த்தபடி தலையசைத்தாள் கண்மணி. அவளின் நெஞ்சத்திலிருந்து இரு நட்சத்திரங்கள் கண்களில் வந்து சிமிட்டின அப்போது.

பறவைகள்தான் மாசிலானை எழுப்பின. சிலர் இன்னும் தூங்கிக் கொண்டிருந்தார்கள். பாறைக்கு அருகிலேயே காலை உணவுக்கு அடுப்பு மூட்டியிருந்தார்கள். பெரும்பாறையின் மறுகையில் தண்ணீர் சலசலப்பு தெளிவாகக் கேட்டது. ஏரியில் இறங்கி சிலர் குளிக்கத் தொடங்கிவிட்டிருந்தார்கள்.

இரவு எப்போது தூக்கம் வந்தது என்பதே தெரியவில்லை. வெறும் உடம்பில் ஈரத்துணி படிந்து குளிர்வதுபோல் ஈரப்பசுமையுடன் காடு மேல் கவிழ்ந்தது. காலையில் குளிரச் செய்யும் சிலுசிலுவென்ற காற்றுக்கு மரங்களும் செடிகளும் அசைந்துகொண்டிருந்தன. பறவைகளின் புதிய புதிய சப்தங்கள். எங்கிருந்தோ ஒரு காட்டு மாடு அடித்தொண்டையில் அழைக்கிறது. மாசிலான் உடம்பை முறுக்கியபடி எழுந்து கிழக்கில் பார்த்தான். அடிவானம் தோல் சீவிய செங்காய் பப்பாளிபோலத் தெரிந்தது. அவன் பாறைகளுக்காய் இறங்கி நடந்தான்.

ஏரிக்கரைக்கு வந்து நின்றபோது சூரியனும் வந்திருந்தான். குணசேகரின் வானொலி பாறைமீது இருந்தபடி காலை செய்திகளைச் சொல்லிக் கொண்டிருந்தது. நீரில் இறங்கி ஒரு முழுங்கு போட்டதும் பரவசம் அவனைத் தொற்றிக் கொண்டது. மல்லாந்து நீந்தியபடி வானத்தைப் பார்த்தான். மேகப்பிசிறின்றி இளம் நீலத்தில் நிரவியிருந்தது வானம்.

நீரிலிருந்து அவன் எழுந்துவிட நினைத்தான். கரையோரத்திலிருந்து நடு ஏரி வரை படர்ந்து பூத்திருக்கும் தாமரைப்பூக்கள் அவனைத் தடுத்தன. கண்மணிக்கு பூக்கள் என்றால் உயிர். மாசிலான், ஏரியின் இதயங்கள் போல கூம்பியிருக்கும் தாமரை மொட்டுகளை நோக்கி நீந்தினான். இரண்டு மார்பளவு தூரத்திலேயே அவனுக்கு நீர்க்கொடிகள் சிக்கித் தடுத்தன. இன்னும் நீந்திப்போய் சில பூக்களைப் பறித்தான். பூக்களை இறுகப் பிடித்துக்கொண்டு திரும்ப நினைத்தபோது அவனால் முடியவில்லை. நீர்க்கொடிகளில் கால்கள் சிக்கியிருந்தன. நீரிலிருந்து எழும்ப முடியாமல் அலறினான் மாசிலான். கரையில் இருந்த சிலர் ஏரியில் குதித்தார்கள்.

## 2

திட்டப்பாறையின் ஒரு முனையில் மாமரத்து ஏரியைப் பார்த்த மாதிரி உட்கார்ந்திருந்தான் மாசிலான். இன்னும் உடம்பின் மேலிருக்கும் நீர்த்திவலைகள் காயவில்லை. நலம் விசாரிக்கும் குழைவுடன் காற்று அவன் மீது சாய்ந்தது. ஈரம் காயாத முடிக்கற்றைகள் ஒட்டிக் கிடந்தன. கண்களில் சிவப்பேறியிருந்தது. தண்ணீரை அதிகம் குடித்துவிட்டதால் மூக்கிலும் காதிலும் நீர் அளைந்து காரம் பட்டது போல எரிந்தது.

ஏரியின் பாதியை அல்லியும், தாமரையும், ஆம்பலும் ஆக்கிரமித்திருந்தன. அந்தக் கொடிகள் வலைபோலப் பின்னிக்கிடந்து நீரில் இறங்குகிறவர்களை உள்ளே இழுத்துவிடும். மாசிலானுக்குத் தாமரை மொக்குகளைப் பார்த்த உடன் கண்மணியின் நினைப்பு மட்டுமே தோன்றியது. அதிகாலைச் சூரியனின் பொன்னொளி மெழுகிய நீர்ப்பரப்பில் கண்மணி சிரிப்பது தெரிந்தது. அலைகள் நீர்த்துணி போன்று மடிந்து மடிந்து அலைந்தன. அவனைக் கரையில் இழுத்து வந்து போட்டவர்கள் திட்டிக் கொண்டிருந்தார்கள்.

“ஏன்டா புத்தி கெட்டவனே. இங்கதான் கொடிங்க கெடக்குமே சிக்குவோம்னு தெரியாதா? நீயென்னா புது ஆளா சொல்றதுக்கு?” “செரி உட்ரா. ஏதோ நேரம் செரியில்ல.”

மாசிலானின் பக்கத்திலேயே தாமரை மொட்டுகள் ஈரத்துணியில் இருந்தன. கல்யாணமான பின்பு முதன்முதலாய் இப்போது தான் பிரிகிறோம் என்பதாலா இப்படி அலைக்கழிப்பு என்று நினைத்தான்.

அவளைப் பார்க்கப் போகும்போதெல்லாம் அவன் மனம் எல்லாவற்றையும் மறந்துவிடும். பீடி புன்னியை மூடும் பையனை அனுப்பி வைக்காமல் அவனே அவள் வீட்டுக்குப் போய் வெட்டிய இலைகளை எடுத்து வருவான். அந்தக் காலத்திலேயே சுண்ணாம்பு போட்டு அவளின் அப்பன் கட்டிவைத்த மெத்தை வீட்டின் நடையில்தான் அவள் உட்காருவது. காரை பெயர்ந்தும் செங்கல் தெரிந்தும் சொத்தையாக இருக்கும் சுவர்கள். வெட்டிக் கழித்த பொடி இலைகளின் குப்பையில் உட்கார்ந்திருப்பாள் கண்மணி. அவளின் தம்பி பீடி இலைகளின் நரம்பை சின்னக் கத்தியால் சீவிக்கொண்டிருப்பான். கத்திரிகள் வெட்டும் சப்தம் இடைவிடாமல் கேட்கும். அவள் வாயைப் பிடுங்கிவிட்டு அவள் பேசுவதைக் கேட்டு நிற்பது அவனுக்கு விருப்பம்.

“தகடுக்குச் செரியா புடுச்சி வெட்டு.”

“நீ புதுசா ஒண்ணும் எல வெட்ட கத்துத் தர வேணா.”

“பீடி கொறஞ்சா உங்கப்பன் தருவானா?”

“ம்... பீடி மண்டிக்கார ஒங்கப்பன் தருவான்.”

அவள் பேசும்போது அவஸ்தைப்படும் முகம் சிரிப்பைக் கிளப்பும். பன்றிகள் மேயும் தன் குடிசைக்கு இவள் வருவாளா? புறம்போக்கு நிலத்தில் தனிமையில் இருக்கிறது நம் வீடு. அவள் வந்து தங்கும் இடம் அதுவா? மாசிலானுக்கு அடிக்கடி எண்ணங்கள் உறுத்தும். காலையில் பத்து மணிக்கெல்லாம் இலை வெட்டை முடித்துக்கொண்டு லேபிள் ஒட்டிய பீடிகளோடு மண்டிக்குக் கிளம்புவாள் கண்மணி. வெறுங்கையுடனோ பீடிக் கூடையுடனோ அவளுடன் போவான் மாசிலான். ஊரைத் தாண்டியதும் வருகிற நீண்ட, ஆள் நடமாட்டமற்ற வழியில்தான் அவர்களின் கிண்டலும் கேலியும் தொடங்கும். ஆலமரங்களும் பூமரங்களும்தான் அவற்றை மௌனமாய்க் கேட்டு நிற்பவை. இளம் பகலின் வெயிலில் தனித்த பாதையில் அவர்கள் நடப்பார்கள். சில நேரங்களில் அவன் சீக்கிரம் போய்விட்டால் ஏதாவது ஒரு மரத்தடியில் அவளுக்காகக் காத்திருப்பான். மெல்லிய வெயிலின் இடையில் நுழைந்து உடல் அதிராமல் அவள் வருவதைப் பார்த்துக்கொண்டிருக்க அவனுக்கு வாய்க்கும் அப்போது. மெல்ல முதிரும் வெயில் போல வளர்ந்தது அவர்கள் காதல்.

பச்சைப் பீடியைப் புகைத்ததுபோல் ஊர் இருமிக் கொண்டிருந்தது அவர்கள் காதலை. மாசிலானுக்கு இலைவெட்டுவதை நிறுத்தச் சொல்லி

அவளை அடித்தான் அப்பன். சொந்தக்காரர்களின் கண்காணிப்பும் ஏசலும் அதிகரித்துவிட்டன.

இலை வெட்டிய கூலியைக் கொடுத்துவிட்டுப் போகப் புன்னி மூடும் பையன் வந்து போனான். அழுது அழுது முகமெல்லாம் வீங்கியிருந்தது கண்மணிக்கு. ஒரு வாரத்துக்கு எங்கும் போகாமல் வீட்டுக்குள்ளேயே வளைய வந்துகொண்டிருந்தாள். அப்பன் இயல்பானதும் பீடி லேபிளை ஒட்டும் வேலையை மட்டும் தொடங்கினாள். ஒரு நாள் லேபிள் ஒட்டிய பீடிகளை எடுத்துக்கொண்டு மண்டிக்குக் கிளம்பியபோது கூடையினுள் கொஞ்சம் துணிகளை எடுத்து வைத்துக் கொண்டாள். மண்டியில் கணக்கு தீர்ந்ததும், கூடையை வீட்டில் தந்துவிடச் சொல்லி ஊர்க்காரர் ஒருவரிடம் கொடுத்துவிட்டு மாசிலானுடன் வண்டி ஏறினாள் கண்மணி.

ஒரு வாரம் கழித்து வேலூர் பக்கமிருந்து இரண்டு பேரையும் கூட்டிக்கொண்டு வந்தார்கள். பஞ்சாயத்து நடந்தது. கண்மணி பெற்றோர்களுடன் போக விரும்பவில்லை. இருவரும் பஞ்சாயத்திலேயே மாலை மாற்றிக்கொண்டார்கள். அவள் காலில் விழுந்த போது முகத்தைத் திருப்பிக்கொண்டான் அப்பன்.

“இவனே ஒரு அன்னாடங்காய்ச்சி. இவங்கூட ஓடிப்போயிருக்கிறா பாரு. நாளைக்கி வயிறு காஞ்சி நிக்கும் போதுதான் பெத்தவங்க அரும தெரியும்.”

மாசிலானுக்கு சுரீர் என்றது. கண்மணியைப் பார்த்தான். பதற்றமின்றி அவன் கையைப் பிடித்திருந்தாள். கழுத்தில் மாலையுடன் அவளைப் பார்க்கப் பூரித்தது. நம்மையே நம்பி வருகிறாள். குறையின்றிப் பார்த்துக்கொள்ள வேண்டும் என்று எண்ணியது அவன் மனம். அவன் அப்பாவும் அம்மாவும் ஒன்றும் சொல்லவில்லை. அந்த ஊரிலேயே தனியாக இருக்கும் அவன் அண்ணனும் பேசாமலிருந்துவிட்டான். வீட்டுக்குப் போனதும் ஆரத்தியெடுத்தாள் அம்மா.

கல்யாணமாகிவிட்ட இந்தச் சில மாதங்களுக்கு அவளுக்கு எந்தச் சிரமமுமில்லைதான். இனிமேலும் இப்படியே இருக்க வேண்டுமே என்று அடித்துக்கொண்டது மனது.

வீட்டுக்குப் போவதற்கு எல்லோரும் மலையிறங்கினார்கள். காட்டில் செய்த சாப்பாட்டையும், தாமரை மொட்டுகளையும் எடுத்துக்கொண்டான் மாசிலான். கண்மணி தாமரை மொட்டுகளை வாங்கி கன்னத்தில் அழுத்திக்கொண்டு லயித்தாள். அதன் மணம் இதமான நெடியாகப் பரவியது. மறுநாள் வேலைக்கென பீடி இலைகளை நனைக்காமல் படுத்துக்கொண்டான் மாசிலான்.

காலையிலேயே வெயில் ஏறத் தொடங்கியிருந்தபோது காய்ந்த பீடி இலைக்கட்டுகளைத் தண்ணீரிலே நனைத்து வைக்க வாசலில் உட்கார்ந்திருந்தான் மாசிலான். இலைகளை நனைக்க வேண்டாம் கூலி உயர்வு கேட்டு பீடித் தொழிலாளர்களின் காலவரையற்ற போராட்டம் தொடங்கிவிட்டதாகச் பொன்னுசாமி அவனிடம் வந்து சொன்னான்.

## 3

கண்மணியின் இளம் கைகள் வியர்த்து கசகசப்புடன் தெரிந்தன. மாசிலானின் அடிவயிறு சிலீரிட்டது. அவளைக் கண்கொண்டு பார்க்க முடியவில்லை. அவளைத் துன்பப்படுத்துகிறோமோ என்கிற குற்ற உணர்வினால் உற்சாகம் குன்றியவனாகத் தழையறுப்பில் பின் தங்கினான்.

அவன் அம்மாவோ ஒடுங்கிய வயதிலும் கூலிக்குப் போவதில் சுணங்கியதில்லை. அப்பனோ கூலிக்கு ஆடுகளை மேய்க்க மலைக்கு ஓட்டிப் போகிறான்.

“எம்மா, நீ ஊட்டப் பாத்துக்க. வேற ஒன்னும் வாணாம்“ என்றார்கள் அவர்கள். அவனும்தான் சொன்னான். அவள் கேட்கவில்லை. அவனோடு அரிவாளைத் தூக்கிக்கொண்டு தழையறுக்கக் காடேறிவிட்டாள்.

தரைக்காடே அல்லோலகல்லோலப் பட்டுக்கொண்டிருந்தது. அங்கங்கே சனங்கள் தழையறுத்தார்கள். ஆந்திராவிலிருந்து தழை எரு வேண்டி காலையிலேயே ஊருக்குள் ஒரு லாரி வந்தது. ஆவலோடு ஒப்புக்கொண்டது சனம். ஒரு தழைக்கட்டுக்கு ஒரு ரூபாய் என்று விலை முடிவானதும் காட்டில் இறங்கிவிட்டார்கள் சனங்கள்.

பீடி வேலை நின்று மாதத்துக்கும் மேலாகிறது. மண்டிகளை மூடிவிட்டார்கள். புகையிலை வாசமும் பீடி இலையின் வெருட்டும் மணமும் பழக்கத்துக்குத் தப்பி நினைவிலிருந்தே மறைந்துவிட்டன. ஊரில் முக்கால் பாகம் பேருக்கு பீடித் தொழில்தான். வேலை நின்றதும் வாழ்க்கையும் நின்றுவிட்டது.

நேற்றெல்லாம் தனியாளாக மலையடிவாரத்தில் இருந்து வேர்களைத் தோண்டினான் மாசிலான். துரிஞ்சி, முள்வேலி என்று அடியோடு வெட்டிக்

காய்ந்துபோயிருக்கும் வேர்த்திம்மைகளைத் தோண்டத் தோண்ட கண்மணி எடுத்து வைத்தாள். முதுகிலும் நெஞ்சிலுமாக முத்துகள் போல் வியர்வை அரும்பி உடைந்தன. கண்மணிக்குத் துக்கம் அடைத்தது. மாசிலான் வேர்களைப் பெயர்க்க காத்திரமாய்ப் போடும் குத்துக்கள் அவளின் உறுதியைக் குலைத்தன. அவற்றை ஒழுங்காய் வெட்டித்தறித்து திண்டு கட்டிக் கொண்டுப் போய் டவுனில் விற்றுவிட்டு வந்தான். இரவில் சாப்பிடும்போது கையை ஊதிக்கொண்டிருந்தான் மாசிலான். அவனின் கையைப் பிடுங்கிப் பார்த்தாள். கடப்பாரை பிடித்ததால் உள்ளங்கையின் சதை மேடுகள் கன்றிக் கொப்புளங்களாகியிருந்தன. அவள் கட்டுப்படுத்திக்கொண்டிருந்த அழுகை இப்போது பெருக்கெடுத்தது.

சுட்டுக்கொடிகளையும், சுண்டைச் செடியின் தழைகளையும் கண்மணி தழுவி அறுத்தாள். அரிவாளின் சத்தமும் அவள் மூச்சும் ஒருசேரக் கேட்டன. வியர்வையால் முன்னெற்றியில் முடிக்கற்றைகள் ஒட்டிக்கொண்டிருந்தன. கடும் வியர்வையின் வாசம் அவள்மீது வீசியது.

“முடியில்லன்னா ஒக்காந்துக்கம்மே. நானு பாத்துக்கிறேன்.” “ஏம் முடியாது? நீ கம்முன்னு அறுய்யா.”

செடிகள் சில இடங்களில் நெருக்கமாகவும் சில இடங்களில் விலகியும் இருந்தன. நெருங்கியும் விலகியும் அறுத்தபடி போனார்கள். அங்கங்கு பேச்சுச் சப்தங்கள் கேட்டன. கிளியம்மா அக்காளின் இடுப்புக்குப் பின்னால் அரிவாள் செருகியிருந்தது. அவள் லேசாய் குனிந்தவாறே கண்மணியை ஒட்டி அறுத்துப் போனாள்.

“என்னா கிளியம்மா முள்ளு குத்திடுச்சா? கீழ என்னா இருக்குன்னு பாத்து ஒக்காரக்கூடாதா?” அவளையொட்டி அறுத்துக்கொண்டிருந்த சுப்பிரமணி கேட்டான்.

“மின்னாடி பாத்து அறுய்யா மாமா. அக்காளக் கூப்பிட்டா வந்து அறுத்துப்புடுவா.”

கண்மணி சத்தம் போடாமல் சிரித்துக்கொண்டாள்.

“ஓ மாசிலான், ஆச்சாடா? பொழுது ஏறுது. உன்னுமேல் பட்டு போயி கத்தைகள எண்ணி வண்டியில ஏத்தணும்.”

தழையறுப்பை மேற்பார்வையிடும் தன்ராஜ், ஓர் ஓசப்புப் பாறையின்மேல் ஏறி நின்று கத்தினான்.

"ஓய்... ஆச்சினோவ்" என்று திரும்ப சத்தம் போட்டான் மாசிலான்.

"கண்மணி, போதும் நிறுத்தும்மே. நானு கத்தக் கட்ட கொஞ்சம் கட்டுக்கொடி பாக்குறேன்."

சொல்லிக்கொண்டே நகர்ந்தவனை கண்மணியின் அலறல் பதறச் செய்தது. ஓடிவந்தான் மாசிலான். அவளின் உள்ளங்கையின் அடிப்புறத்திலிருந்து இரத்தம் சொட்டியது. தழையறுக்கையில் கையை அறுத்துக்கொண்டிருந்தாள் கண்மணி. அரிவாளைக் கீழே போட்டுவிட்டு உட்கார்ந்து மடியில் கையை வைத்துக்கொண்டு குறுகி அழுதாள். துக்கமும் பதற்றமுமாகத் துண்டிலிருந்து கிழித்து காயத்தை இறுக்கிக் கட்டினான் மாசிலான். இரத்தம் துண்டை நனைத்து கசிந்தது. கிளியம்மக்காள் ஒரு மூலிகைத் தழையைக் கொண்டுவந்து கசக்கி சாற்றைப் பிழிந்தாள்.

தழைக்கட்டுகளை ஊர் எல்லைக்குத் தூக்கிக்கொண்டு போய் போட்டு கணக்கு தரும் வரை கண்மணியைக் கிட்ட நெருங்கவிடவில்லை. அவளை வீட்டுக்குப் போகச் சொல்லிவிட்டான் மாசிலான். அறுத்த தழைக்கட்டுகளுக்கு ஈடாய் ரூபாயை கையில் வாங்கியபோது அவனுக்குள் கொஞ்சம் தெம்பு பிறந்தது.

வீட்டுக்குப் போனதும் கண்மணியின் கையைப் பார்த்தான். பச்சிலைச் சாறில் காயம் இறுகியிருந்தது.

"இனிமே நீ வீட்டுலயே இருந்தாப் போதும். என்னான்னாலும் நான் பாத்துக்கறேன்."

"இப்ப என்னா ஆயிடுச்சிய்யா? உன்ன தனியா உட்டுட்டு நானு ஊட்டுல இருக்கறதுக்கு இந்த ஒடம்புல ரத்தம் ஓடுதா சீவு ஓடுதா? உனக்கு ஆனதுதான் எனக்கும்."

சாயங்காலத்தில் வீட்டு வாசலில் அமர்ந்து கதைப் பேசிக்கொண்டிருந்தார்கள். எல்லாமே நேற்று நடந்தது போலிருந்தது. தன்ராஜ் அவர்களைத் தேடி வந்து சேர்ந்தான். "என்னாடா மாசிலான், எப்பிடி போது பொளப்பு?"

*நீயி கல்யாணம் கட்டிகிட்ட நேரம் இப்பிடியா இருக்கணும்?"

"எது வந்தாலும் சமாளிக்க வேண்டியதுதான். எனக்கு மட்டுமா, ஊருக்கே

ஓடச்சல்தானே. இப்படியே போகுமா இந்த ஸ்டிரைக்கு? எப்போ எல தர்றாங்களாம் மண்டியில?"

"பேச்சுவார்த்தையில ஒன்னும் முடிவு ஆகலியாம். எந்தச் சங்கத்தாளுங்க ஒளுங்கா இருந்தானுங்க? ஏதோ இப்ப ஸ்டெடியா இருக்கிறானுங்க போல. சங்கத்தாளுங்க ஆயிரம் பீடிக்கு அம்பது ரூபா கேக்குறாங்களாம். எல நஸ்டம், பொகல நஸ்டம்னு நம்ம கூலியில புடிக்கக்கூடாது. லீவு கூலி வேணும். இப்பிடிப் பல கோரிக்கைங்க. மொதலாளிங்க எதுக்கும் எறங்கி வரல."

கண்மணி ஈர்க்கொல்லியால் ஈர்க்கத் தொடங்கியிருந்தாள். அவள் ஈர்க்கும் சப்தம் உம் கொட்டுவது போலக் கேட்டுக் கொண்டிருந்தது.

"நாளைக்கி வேலூருல கலக்டர் ஆபீஸ் முன்னாடி ஆர்ப்பாட்டம். எல்லாரும் போணும். நீ வேணா யோசனை பண்ணி செய்யி. புதுசா கல்யாணமானவன் வேற. நான் வரட்டா."

கண்மணி என்னவோ போகச் சொல்லிவிட்டாள். மாசிலானுக்கு முடிவெடுக்க முடியவில்லை. இரவில் யோசித்துக்கொண்டு நெடுநேரம் விழித்துக்கொண்டிருந்தான். ஆர்ப்பாட்டத்தில் கைதாகிப் பல வருடங்களுக்கு அவனைச் சிறை வைத்துவிட்டதுபோல நினைவுகள் புரண்டன. பயமாய் இருந்தது. இருக்கிற கஷ்டம் தீரவேண்டுமென்றால் ஆர்ப்பாட்டத்துக்குப் போய்த்தான் ஆகவேண்டும். எத்தனை நாட்களுக்கு கண்மணிக்கு வறுமையைக் காட்டிக்கொண்டிருப்பது என்று நினைத்துக்கொண்டான் மாசிலான் முடிவாக.

காலையில் வெயில் ஏறுவதற்கு முன்பாகவே லாரி ஒன்று ஊருக்குள் வந்து நின்றுவிட்டது. பீடித் தொழிலாளர்கள் அதில் ஏறினார்கள். போராட்ட வாசகங்கள் எழுதப்பட்டிருந்த பதாகைகள் லாரியின் இரண்டு பக்கங்களிலும் கட்டப்பட்டிருந்தன. பக்கத்து ஊரில் ஏறிக்கொண்ட சிலரும் அதில் இருந்தார்கள்.

மாசிலான் கண்மணியிடம் சொல்லிக்கொண்டு லாரியிலே ஏறினான். லாரி கிளம்பும்வரை அங்கேயே நின்று பார்த்துக்கொண்டிருந்தாள் கண்மணி. இறங்கிவிடலாமா என்று தோன்றியது அவனுக்கு. பரிதாபமாகத் தெரிந்த அவள் கண்கள் காலை ஒளியில் ஒரு நீர்த்துளியைப் போல அவன் முன்னே சிமிட்டின. லாரி கிளம்பியதும் அவளைப் பார்த்து துயரமுடன் கையசைத்தான் மாசிலான்.

# 4

காற்று முடியைச் சிலுப்பியது. லாரியின் தடுப்பைப் பிடித்து நின்றிருந்தான் மாசிலான். கரடுமுரடான மண்பாதையில் செல்வது போலக் குலுங்கியது. பீடித் தொழிலாளர்களை ஏற்றிக்கொண்டு நான்கு லாரிகள் வேலூருக்குப் போய்க் கொண்டிருந்தன. போராட்டமோ, போகும் இடமோ எதுவும் அவன் மனதில் இல்லை. கண்மணியின் வதங்கிச் சுருண்ட முகம்; துக்கத்தைத் தேக்கிய கண்களோடு அவள் கையசைத்து நின்றது: இவைதான் மறுபடியும் மறுபடியும் நினைவில் வருகின்றன.

அவன் மனதில் அலைகள் சுழித்தன. அப்பன் சின்ன வயசிலேயே சொல்லிக் கொண்டுதானிருந்தான் அவனைப் படிக்கச் சொல்லி. தச்சு வேலை கற்றுக்கொள்ளவும் ஒரு வாய்ப்பு வந்தது. எதிலும் மனம் ஒட்டவில்லை. பீடித் தொழிலோ, ஊரே செய்கிற தொழில். வெளியில் சுற்றாமல் வீட்டிலேயே செய்யலாம். அவன் பீடி வேலையைக் கற்றுக்கொண்டான்.

போகப் போக அந்த வேலையின் சிரமங்கள் புரியத் தொடங்கின. புகையிலை நெடி இருமலை வரவழைக்கிறது. சில நேரங்களில் அது காசமோ, ஆஸ்துமாவோ கொண்டுவரும். ஒரே இடத்தில் உட்கார்ந்து உடம்பு சூம்பிப்போவதுபோல இருக்கிறது. முரட்டு வேலைகளுக்குப் பழக்கப்படாத கைகள் சின்ன வேலை என்றாலும் சலிக்கின்றன. ஓய்வே இல்லாமல் இலை நனைப்பு, இலைவெட்டு, பீடி சுற்றல், மூடுதல், கட்டுதல் என்று முழுநாளும் வேலை.

மாசிலானுக்குச் சில நேரங்களில் வேலை செய்யவே வெறுப்பு வரும். இப்போது நினைத்து என்ன செய்ய என்றிருந்துவிடுவான். காய்ந்த இலைகளில் உடைசல் இருந்தாலோ, பூஞ்சை பிடித்திருந்தாலோ, பாதி கழிந்துவிடும். ஒரு கிலோ இலைக்கு ஓர் ஆயிரம் பீடி கேட்கிறார்கள் முதலாளிகள். அவ்வளவு எங்கே உருவாகிறது? சுற்றும் போது வீணாகும் புகையிலையும் கூட கணக்கில்தான் ஏறும்.

வாரம் ஒரு முறை கூலி கிடைக்கும் என்றாலும் இலை வெட்டியவர்களும், பீடி வாய் மூடியவர்களும் மாசிலானிடமிருந்து கூலி பெறக் காத்துக்கொண்டிருப்பார்கள். எல்லோருக்கும் போக அவனிடம் மிஞ்சுவது ஏமாற்றமாகவே இருக்கும். மழைக்காலம் என்றாலோ பீடி காயாது என்பதால் மந்தமான வேலைதான்.

கண்மணி, அவள் வீட்டில்தான் இலைகளோடு இருந்தாள் என்றால் மாசிலானுடன் வந்தபிறகும் அப்படியே ஆகிவிட்டாள். வைராக்கியத்துடன் அவளைக் கூட்டிக்கொண்டு வந்தாயிற்று. ஆனால், அவளுக்கு விருப்பமாக எதையும் வாங்கித்தர முடியவில்லை. ஒரு சினிமாவுக்குக்கூட பக்கத்து ஊர்களுக்கு அழைத்துக் கொண்டு போக முடியாதிருந்தது. கண்மணியை நினைக்கப் பரிதாபமாகத் தோன்றியது. எத்தனையோ பேர் அவள் வயசொத்த வாலிபர்கள் அவளைச் சுற்றினார்கள் என்பது மாசிலானுக்குத் தெரியும். அவள் மீது ஒரு தலைக் காதலுடன் இருந்த ஒருவன் விஷம் குடித்துச் சாகவும் முயற்சித்தான். அவளைச் செழிப்பாக வைத்துக்கொள்ள முடியவில்லை என்ற ஏக்கம் குற்ற உணர்வாகவே அவனுள் மாறியது.

லாரியின் குலுக்கலில் நினைவுக்கு மீண்டான் மாசிலான். லாரிகள் ஓடும் சப்தம் பெரும் உறுமலுடன் கேட்டது. வாகனங்கள் எர்த்தாங் கல்லைத் தாண்டிவிட்டிருந்தன. இன்னும் கொஞ்ச நேரத்தில் குடியேற்றம் வந்துவிடும்.

"என்னாடா மாசிலான் உம்முனு கீற? ஊட்டு நெனப்பா?" சேகர் அவனிடம் கேட்டு கரிப்பற்களுடன் சிரித்தான்.

"ஸ்டிரைக்கு முடிவுக்கு வந்துடுமாண்ணே?"

"யாருக்குடா தெரியும்?"

மாசிலான் வானத்தை வெறித்தான். மேகக்கூட்டங்கள் சேம்பள்ளி மலைமீது ஊர்ந்துகொண்டிருந்தன. பெரும் பனிப் பாறைகளைப் போன்றிருந்தன அவை. லாரி திடீரெனக் குலுங்கியது. ஒலிப்பான்களின் சத்தம் இரைச்சலாய்க் கேட்டது. என்ன நடக்கிறது என்று அவன் நிதானிப்பதற்குள் லாரி ஏரிக்கரை புளிய மரத்தின் மேல் மோதிச் சரிந்தது. எல்லோரும் தடுமாறி விழுந்தார்கள். மண்ணில் உடல் பட்டதும் பெரும் மூட்டைகள்போல ஆட்கள் தன்மேல் விழுந்து புரள்வதையும், மரண ஓலத்தையும் கடைசியாய்க் கேட்டான் மாசிலான்.

கண்மணியின் அழுகை மாசிலானை எழுப்பிவிட்டது. சிறுநீரின் கவிச்சியும், மருந்து நெடியும் அங்கு காற்றில் வீசின. சுற்றிலும் முனகல்களும் பேச்சொலியும் என சன நடமாட்டத்தின் இரைச்சல், கண்மணியையும் உறவினர்களையும் பெற்றவர்களையும் பார்த்ததும் எழ முயன்றான். கண்களில் குளம்போல நீர் தேங்கி வழிந்தது.

முழங்கை வரைக்கும் எடுத்துவிட்டிருக்கிற தனது வலது கையைப் பார்த்தான். காயத் துணியின் வெண்மையையும் மீறி ரத்தம் கசிந்து இறுகியிருந்தது. உடல் காயம் போன்று வலித்தது.

அவன் கையைப் பற்றிக்கொண்டு பொங்கினாள் கண்மணி. முந்தானையால் இறுகப் பொத்தியிருந்தும் அழுகை மட்டுப்படாமல் பீரிட்டது. அம்மா, மார்பில் அடித்துக்கொண்டு அழுதாள். பேச்சு வராமல் கேவினான் மாசிலான். அதிர்ச்சியில் நிலைகுலைந்து மகளின் பக்கத்தில் நின்றார்கள் அவன் மாமனும் மாமியும். எல்லோரும் தலை ஒரு வேடமும் துணியொரு வேடமுமாக, போட்டது போட்டபடி ஓடிவந்திருந்தனர்.

மாசிலான் இருந்த லாரி, எதிரில் வந்த பேருந்துக்கு வழிவிட்டு ஒதுங்கியதில் நிலை தடுமாறிப் புளியமரத்தின் மேல் மோதியிருந்தது. மூன்று பேர் நசுங்கிச் செத்துவிட்டதாகவும் சிலருக்குக் கை கால்கள் போய்விட்டன என்றும் சொன்னார்கள். அவனின் அம்மாவுடைய அழுகை அதிகமானதும் செவிலி அதட்டினாள். எல்லோரும் வெளியே போனார்கள். கண்மணி படுக்கை அருகிலேயே உட்கார்ந்துகொண்டாள். மாசிலானுக்கு இன்னும் அழுகை அடங்கவில்லை. வழியெல்லாம் அழுது தீர்த்திருந்தாள் போலிருந்தது. அவள் கண்கள் சிவந்து கிடந்தன. முகம் வீங்கியிருந்தது.

கண்மணி எழுந்து புடவையால் அவன் கண்களை ஒற்றித் துடைத்தாள். அவள் முகம் அவனுக்கு அருகில் வந்ததும், அவனுக்குப் பழக்கமான அவளின் வாசம் எழும்பி நெஞ்சையடைத்தது. இன்னொரு பாட்டம் பெய்யக் கிளம்பும் மழைபோலக் கண்ணீர் நெஞ்சுக்குள்ளிருந்து மேலேறிக் கொண்டு வந்தது அவனுக்கு.

"ஏம்மே, இனிமே நான் எப்படி உன்னக் காப்பாத்..."

சட்டென்று அவன் வாயை உள்ளங்கையால் இறுக மூடி, அவன் முகத்துக்கு அருகில் இன்னும் குனிந்து அவன் வலதுதோளை ஆறுதலாய் அழுத்திக்கொண்டு கண்கள் கலங்க,

"நீ பொளச்சி வந்ததே எனக்குப் போதும்யா. உன்ன நான் பாத்துக்குவேன்"

என்று சொன்னாள் கண்மணி.

*கல்கி, மினிதொடர்*    20.7.2003 – 10.8.2003

## திசையெல்லாம்
## சுவர்கள் கொண்ட கிராமம்

1

வெட்டுக்கத்திகளோடு இரவில் நுழைந்து நடந்தார்கள் அவர்கள். ஊரெல்லையைத் தாண்டியதும் பெருந்தெய்வம் கும்பிடும் மாமரத்தினருகில் போய் நின்று நோட்டம் பார்த்தார்கள். வளைந்தும் நெளிந்தும் முறுக்கேறி வானத்தை நோக்கி உயர்ந்து தோற்றிருந்தது அம்மரம். அதன் முரட்டிலைகள் காற்றில் கருகருவென்று சப்தமெழுப்பி அசைந்தன. இருட்டிலே ஒரு பெரிய உயிர் நின்றுகொண்டு மூச்சுவிடத் தவிப்பது போலத் தெரிந்தது.

சின்னச்சாமி கையசைத்துவிட்டு மரத்தின் ஓரமாக வேலிச் செடிகளை விலக்கிக்கொண்டு நிலத்தினுள்ளே இறங்கினான். மற்றவர்களும் அவன் பின்னாலேயே போனார்கள். வேலிச் செடிகளின் சலசலப்பும் பறவைகளின் சப்தங்களும் கேட்டன. சிள்வண்டுகளின் இடைவிடாத கூப்பாடு இன்னும் கூடியது.

கரம்பாய்க் கிடந்த அனுமந்த ரெட்டியின் நிலம், புல் மண்டி சமவெளியாய்ப் பரந்திருந்தது. ஊர் மாடுகளும், மேய்ப்புக்கு வரும் கால்நடைகளும் பகலிலே அங்கு நிறைந்திருக்கும். பல வருடங்களாக இந்தத் துண்டை மட்டும் பயிரேற்றாமல் விட்டு வைத்திருப்பதால் குட்டையைப் போல அங்கங்கே நீர் தேங்கி காட்டாமணக்குச் செடிகளுடன் ஓய்ந்திருந்தது அது. அவர்களின் பாதங்களுக்குப் புல்தரை இதமளித்தது. மாடுகள் மொறுக் மொறுக்கென்று புல் பறித்து மேய்வது போல அவர்கள் நடக்கும் ஓசை கேட்டது.

ரெட்டியின் நிலத்தைக் கடந்து மூங்கில் புதர்களின் ஊடே மெதுவாய் நகர்ந்தார்கள். நாகேந்திர நாயுடு நிலத்தின் தென்னைகள் மெல்ல

அசைந்துகொண்டிருந்தன. முள்வேலி மரங்கள் இருட்டிலே நீண்டு தெரிந்தன. கூப்பிடு தூரத்தில் இருக்கும் பெருஞ்சாலையில் அவ்வப்போது வாகனங்கள் கடக்கின்ற ஓசை தெளிவாகக் கேட்டது.

"பாருங்கடா, நேரா நூல் புடிச்ச மாதிரி வெட்டிச் சாய்க்கணும். எப்பிடியும் ஒரு பத்திருவது தேங்கா மரங்களாவது உளும். ரோட்டுக்குக் கிட்ட இருக்கிற நாக மரத்தைக் கடசியா பாத்துக்கலாம். எல்லாம் முடிஞ்சதும் இங்கக்கீற வேலிக் கம்பங்க ரெண்டுத்தியும் புடுங்கிடலாம். அப்புறம் மாங்கா மரத்தாண்டக்கீற வேலிய வெட்டி வழி பண்ணிட்டா செரியா போச்சி."

"எவனும் பேசக்கூடாது. மடமடன்னு வேல ஆவட்டும். எதுன்னாலும் மரங்கள வெட்டிப்புட்டு அப்பாரத்திக்காதான் மறுவேல."

கம்பி முள் வேலியை ஒரே துள்ளலில் தாண்டிக் குதித்து வெட்டப் போகும் மரத்தருகில் போய் நின்றான் சின்னச்சாமி. இருட்டில் வியாபித்து அவர்களின் வழியை மறித்தபடி நின்றிருந்தது மரம். இருட்டை அறுத்து வீசுவதுபோல கத்தியை இறுகப்பற்றி ஓங்கி முதல் வெட்டை வெட்டினான் சின்னச்சாமி. இருட்டின் மௌனத்தைப் பொடித்து உதிர்க்கும்படி கேட்டன தொடர்ந்த வெட்டொலிகள்.

## 2

மரங்கள் விழுகின்ற ஓசை செந்தாமரையின் காதில், தெளிவாகக் கேட்டது. ஊரின் எல்லையை ஒட்டியமாதிரி இருக்கும் தன் வீட்டு வாசலில் வலியுடன் முனகியபடி படுத்துக் கிடந்தாள் அவள். சத்தம் பலமாகக் கேட்டது. இரவின் உறக்கத்திலிருந்த பறவைகள் சலோவென்று சிதறிப் பறந்து கூச்சல் போட்டன. அனேகமாய் அது வேம்பாகத்தான் இருக்கும் என்று நினைத்தாள் செந்தாமரை. சந்தோஷமாய் இருந்தது அந்தச் சத்தம்.

"அந்தாண்ட போடா! அந்தாண்டப் போ! அப்படியே வெட்டினு போயினே இருங்க. எவுனாவது வந்தா அவனையும் போட்டுச் சாயிங்கடா. எதுனாலியும் காத்தாலிக்கிப் பாத்துக்கிலாம்."

கோபத்திலும் வெறியிலும் தோய்ந்து பீறிடும் குரல் சின்னச் சாமியிடமிருந்து எழுகிறது. செந்தாமரையின் நரம்புகள் புடைத்தன. நடுநிசியின் தண்மையான

காற்றையும் மீறி உடல் வியர்த்தது. கோபத்திலே தகித்தது அவள் உடம்பு. கையிலே ஒரு பெரிய ஆயுதத்தோடு இந்நேரத்தில் நாம் அங்கில்லையே என்று அடித்துக்கொண்டது அவள் மனம்.

நேற்று நடந்ததை நினைக்க நினைக்க குலைநடுக்கம் கொள்கிறது. அவமானத்திலும் கோபத்திலும் உடல் சூடேறித் தகிக்கிறது. ரம்ஜான் நோன்புக் காலம் என்பதால் அவளுக்குக் காலணித் தொழிற்சாலையில் வேலை அரைநாள்தாள் இருந்தது. தொழிற்சாலையின் பேருந்து அவளைத் திரும்பக் கூட்டிவந்து சாலையில் இறக்கிவிட்டதும் அங்கிருந்த தையல் கடையைப் பார்த்து உரக்கக் கேட்டாள்.

"ஜாக்கிட்டை தெச்சிட்டிங்களாண்ணா? ஊட்டுக்குப் போயி துட்டு எடுத்துனு வரவா?"

"போய் வாம்மா! போய் வா!"

கடைக்காரன் குறுஞ்சிரிப்புடன் சொன்னதைக் கேட்டதும் வழியிலே யாருடனும் பேசாமல் வீட்டுக்குப் போனாள் செந்தாமரை. நாயுடுக்களின் ஊர் நடுத்தெரு வழியே நடந்து வடக்கிலே திரும்பி ஆற்றங்கரை ஓரமாகவே போனால் அவள் ஊர் வந்துவிடும். வீட்டுக்குள்ளே போய் பையைப் போட்டுவிட்டு டிரங் பெட்டியிலிருந்து காசை எடுத்துக்கொண்டாள். ஓட்டமும் நடையுமாகத் தையல் கடைக்குத் திரும்பினாள்.

"இந்தாண்ணா துட்டு. அளவெல்லாம் செரியாத்தானே தெச்சீங்க?"

"ஏம்மா உனுக்கு போய் வாம்மான்னுதானே சொன்னேன்? இப்பவேவா ஒன்ன வரச் சொன்னேன்? நாளைக்கித்தான் ஆவும்."

முறைத்துக்கொண்டு நின்றிருக்கும் செந்தாமரையைப் பார்த்து நக்கலாய்ச் சொன்னான் கடைக்காரன்.

"அளவு ஜாக்கெட்டெ தந்துக்கீறல்ல... வேணும்னா சொல்லு உள்ள வெச்சி அளவு எடுத்துக்கிலாம்."

தையல்காரனின் சிரிப்பு நிற்கவில்லை. செந்தாமரைக்கு அவமானத்திலும் கோபத்திலும் உடல் படபடத்தது.

"யோவ் என்னா பேசற? ஜாக்கிட்டத் தெக்கிலீன்னா அப்பவே இல்லன்னு சொல்றது? என்ன வரச் சொல்லிட்டு பண்டையாவா பேசற? எங்கண்ணனுக்குப் போயிச் சொன்னா என்னா நடக்கும் தெரியுமா?"

“போம்மே ஏய். பறச்சிக்கெல்லாம் ஜாக்கிட்டே தெக்கிறதில்ல. ஏதோ குடுத்தியேன்னு வாங்கிக்கிட்டேன். ஒங்கண்ணன் என்னா புடுங்கிறுவானா? போய்ச் சொல்லு.”

“பறச்சிக்குத் தெக்கீலன்னா, பறச்சிக் கொள்ளு மட்டும் கேக்குதா? இர்றா ஒன்னப் பாத்துக்கச் சொல்றேன்.”

ஆத்திரத்துடன் திட்டிவிட்டு வந்தும் செந்தாமரைக்கு அறுத்துக் கொண்டே வந்தது. சின்னச்சாமியைப் பார்க்கும் போதெல்லாம் வாய் வரைக்கும் வரும் துக்கத்தை மென்று விழுங்கிக்கொண்டாள். தொழிற்சாலைப் பேருந்தை விட்டு இறங்கியதும் முதலில் கண்ணுக்குப்படுவது அந்தத் தையல்கடைதான். அதைப் பார்த்ததும் விறுவிறு வென தலைவரைக்கும் எதுவோ ஏறும். காறித் துப்புவாள்.

இரண்டு மூன்று நாட்கள் போனபிறகு, வேலையிலிருந்து திரும்பி நாயுடுக்களின் ஊர் வழியே வந்துகொண்டிருந்தபோது ஏனோ அவளுக்கு நடுக்கமாக இருந்தது. கூட வருகின்றவர்கள் யாரும் இல்லை. இந்த நேரத்துக்கு வருவது அவள் மட்டும்தான். வேறு தொழிற்சாலைகளுக்குப் போகிற பெண்கள் நேரம் மாறி வருவார்கள்.

ஊரைத் தாண்டி நிலங்களை ஒட்டி நடந்துகொண்டிருந்த போது பயம் அதிகரித்தது. ஊருக்குப் போகத் திரும்புகிற வழியருகே வந்ததும் நின்றாள். நேர்வழி பிரிந்து ஆற்றுக்காய் இறங்கி மறுகரையில் தரைக்காட்டுக்குள் ஏறியது. இப்படியே ஆற்றில் இறங்கி நடந்து சுடுகாட்டுக் கரைப் பக்கமாய் ஊருக்குள்ளே ஏறிவிடலாமா என்று நினைத்தாள் செந்தாமரை, தைரியத்தை வரவழைத்துக்கொண்டு ஊருக்குப் போகிற வழியிலே நடக்கத் தொடங்கினாள்.

வழியையொட்டி இருக்கிற கரும்புத் தோட்டத்தில் ஆட்கள் நடமாடுவதுபோல சலசலப்புக் கேட்டது. காய்ந்த கரும்புத் தோகைகள் உராயும் சப்தம். செந்தாமரை அதிர்ச்சியுடன் நின்றபோது கரும்புக் கொல்லையிலிருந்து தையல் கடைக்காரன் இறங்கி வழிமறித்தான்.

இருட்டும் வரைக்கும் பேயறைந்த மாதிரி வீட்டின் மூலையிலே சுருண்டு கிடந்தாள் செந்தாமரை, நகங்களும் பற்களும் குதறிய இடங்களில்

காற்றைப் போலத்தான் வந்து விழுந்திருந்தாள். ஈரத்துணியை முறுக்கியது மாதிரி உளைகிறது உடம்பு. இரத்தப்போக்கு நிற்கவில்லை. விலக்குத் துணியை இரண்டு மூன்று முறை மாற்றியாகிவிட்டது. நீர்க்கடுப்பு எடுத்துக்கொண்டு வெம்மையுடன் அடி வயிறு எரிவது போல இரத்தக்கடுப்பில் வலிக்கிறது.

அம்மா இன்னும் வேலையிலிருந்து வரவில்லை. எந்த நிலத்துக்குப் போயிருக்கிறாளோ. அப்பன் இருமிக்கொண்டு வெளித் திண்ணையில் கிடக்கிறான். கிணற்றிலிருந்து கூப்பிடுவதுபோல இரண்டு முறை அவளைக் கூப்பிட்டுவிட்டு அமைதியாகிவிட்டான். சின்னச்சாமி வரும் சத்தம் கேட்டது. எப்போதும் தெருவிலே யாருடனாவது பேசிக்கொண்டுதான் அவன் வருவது.

"எப்பா தாயி இல்ல? என்னா வாசலுகூடப் பெருக்கல?"

கேட்டுக்கொண்டே நுழைந்தான் சின்னச்சாமி. வீட்டுக்குள்ளே அவன் பார்வை துழாவியது. சுவரோரமாய் சுருண்டிருக்கும் செந்தாமரையைப் பார்த்ததும் திடுக்கென்றது அவனுக்கு. கலவரத்துடன் அவளருகில் போனான்.

"என்னாடா எம்மா? இன்னார்த்துக்குப் படுத்துனுக்கீற?"

செந்தாமரை ஒரு குழந்தையைப் போலத் தாவி எழுந்து அவன் கால்களைக் கட்டிக்கொண்டு கதறினாள்.

## 3

பல வருடங்களாக அந்த ஊர் மக்கள் மனுக்களை அதிகாரிகளுக்குப் பணிந்தளித்து வந்தார்கள் அவர்களின் ஊருக்கென்று ஒரு தனி வழி தேவையாய் இருந்தது. மாவட்டத்திலும், மாநிலத்திலும் இருக்கிற பல அரசு அலுவலகங்களுக்கும் போய்ப் பார்த்தார்கள்.

மதிப்பிற்குரிய அய்யா, மேற்படி ஊரிலே வசித்துவரும் ஆதி திராவிடக் குடிகள் நாங்கள். விவசாயத்தை நம்பி வாழ்கிற கூலிகள். நாங்கள் வடக்குப் புறமாக நாயுடுக்களின் ஊராலும் தெற்குப் புறமாக கவுண்டர்களின் ஊராலும் நெருக்கப்பட்டுக் கிடக்கிறோம். எங்கள் ஊருக்குக் கீழ்ப்புறமாக ஆறு ஓடுகிறது. நாங்கள் இந்த இரண்டு ஊர்களின் மார்க்கமாக அன்றி நேராய் நெடுஞ்சாலைக்குப் போக வழியில்லாமல் தவிக்கிறோம். இரண்டு மேட்டுக்குடி ஊர்களின் வழியாகவும் எங்களூருக்கு நாங்கள் வரும்போது, எங்கள் இளைஞர்களைச் சண்டைக்கழைப்பதும் பெண்களைச் சீண்டுவதுமாகப் பிரச்சினைகள் நடக்கின்றன. அதனால் பயந்துகொண்டேதான் வந்துபோனபடி இருக்கிறோம். எங்கள் ஊரின் எல்லையிலிருந்து மேற்கே பார்த்தமாதிரி சாலைக்குப் போக எங்களின் மூதாதையர் பயன்படுத்திய வழியொன்று

இருக்கிறது. ஆனால், அது தற்போது மேட்டுக்குடியினரால் ஆக்கிரமிக்கப்பட்டு அவர்களின் வெள்ளாமை நிலங்களோடு சேர்த்துவிடப்பட்டிருக்கிறது.

அய்யா அவர்கள் இதைக் கருணையோடு பரிசீலித்து, எங்கள் ஊருக்கு நேர்வழியொன்றை அமைத்துத் தருவதற்கு ஆவண செய்யும் படி தாழ்மையுடன் கேட்டுக்கொள்கிறோம். இப்படிக்கு ஊர்ப் பொதுமக்கள்.

அந்த மனுக்களை யாருமே படிக்காதிருந்ததாலும், குப்பைக் கூடைக்குள் சுருண்டு விழுந்ததாலும், தூசிப் படியக் கோப்புகளில் மட்கியதாலும் அவர்களுக்குத் தனி வழி வரவேயில்லை. இனிமேல் யாரையும் கேட்டுப் பயனில்லை. ஊர் எல்லையிலிருந்து நெடுஞ்சாலைக்குப் போக, குறுக்காக இருக்கின்ற மரங்களையெல்லாம் வெட்டி நாமே வழியை உண்டாக்கிவிடலாம். அவ்வூர் இளைஞர்கள் முடிவு செய்துகொண்டார்கள்.

மாரியம்மன் கோயில் ரச்சையின்மேல் இதைப் பற்றி அவர்கள் பேசிக்கொண்டிருந்தபோது, பெருமாள் கிழவன் அவர்களைப் பார்த்து சத்தம் போட்டான்.

"வேணாடா பசங்களா, நீங்க பாட்டுக்கு ஏடாகூடமா எதனாச்சும் செஞ்சிப்புடுவீங்க. அப்புறம் படறது யாருடா?"

ரச்சைக்கல்லின் மேலிருந்து குதித்து, கிழவனை அடிக்க ஓடினான் சின்னச்சாமி. அவனுக்குக் கோபத்தில் மூச்சிரைத்தது.

"ஆண்டமாருங்கக்கிட்ட கும்புடு போட்டு கூழைக் குடிச்சினு, ஓம் பொண்டாட்டி புள்ளைங்கள அவனுக்கு உட்டுனு இருந்தது அந்தக் காலம்டா கெளவா. மரம் வெட்டறதுக்கு மின்னாடி ஒன்ன வெட்டிப் புடுவேன். தேவடியாப் பைய்யா."

திரும்பி வந்து கல்மீது உட்கார்ந்தும் சின்னச்சாமிக்குக் கோபம் அடங்கவில்லை.

செந்தாமரையின் முகம் அவன் மனதை நகம்போலப் பிராண்டியது. தெருவிலே பொதுக்குழாய்க்கு முன்னால் வைத்திருந்த பானையொன்றைத் தூக்கிப் போட்டு உடைத்துவிட்டு ஆற்றைப் பார்த்து இறங்கி நடந்தான். அவன் பின்னாலேயே சில வாலிபர்கள் போனார்கள்.

நடு ஆற்றில் போய் உட்கார்ந்துகொண்டான் சின்னச்சாமி. அவன் நடந்து வந்தபோது மணற்துகள்கள் அரைவது போல நொறுங்கி சப்தமெழுப்பின.

உடனிருக்கும் நண்பர்களுக்காவது தங்கைக்கு நேர்ந்ததைச் சொல்லிவிடலாமா என்று உக்கிரமுடன் மனம் முட்டிக்கொண்டு எழுந்தது. அவளின் முகம் அதன்மேல் கவிழ்ந்து அழுத்தியது. ஊருக்கெல்லாம் இது தெரிந்தால் தன் தங்கைக்கு என்ன நடக்கும் என்பதை அவனால் நினைத்துப் பார்க்க முடியவில்லை.

"ஊருக்கு தண்ணீ வந்தே ஒரு வாரமாச்சேண்ணே. கவுண்ட மாருங்கள கேட்டா தண்ணி வராதுன்றானுங்க. கொடத்தைத் தூக்கிக்கினு நம்ப பொம்பளைங்க நாயிக்கமாருங்க கொல்லி கொல்லியா அலையுறாங்க."

"பஞ்சாயத்துத் தலைவரு நம்ப ஊரு புடுங்கிதான். இவனே அவனுங்களுத ஊம்பினுத் திரியிறான். எங்கிருந்து ஊருக்கு தண்ணி வரும்?"

"ஒரே வழி, வெட்டறதுதாண்டா. நாம மரம் வெட்றோம். கைகட்டி சேவகம் பண்ணிட்டிருந்தது அந்தக் காலம். நாம எழுந்துட்டோம்ன்றத காட்டணும்."

சின்னச்சாமி மணலில் படுத்துக்கொண்டு வானத்தை வெறித்த படி உறுதியுடன் சொன்னான்.

# 4

**கா**லையிலேயே ஊருக்குள் போலீஸ் வந்துவிட்டது. வெட்டுண்ட மரங்களைப் பார்க்க ஊரே கூடியிருந்தது.

"மரம் வெட்டறதுல நம்பளையே மிஞ்சிட்டானுங்கடா, டேய்."

கூட்டத்திலிருந்து யாரோ ஒருவர் உரக்கச் சொல்லியது கேட்டது. நெடுஞ் சாலையிலிருந்து சேரிக்குப் போக நூல் பிடித்தது போல மரங்களை வெட்டி வழியேற்படுத்தியிருந்தார்கள், சின்னச்சாமியும் அவன் கூட்டாளிகளும்.

பெரும் சப்தத்தை எழுப்பிக்கொண்டு மூன்று போலீஸ் வாகனங்கள் வந்து நின்றன. அவற்றிலிருந்து திமுதிமுவென இறங்கிய போலீஸ்காரர்கள் கூட்டத்திற்குள் தேடித்தேடி ஆட்களைப் பிடித்து உதைத்து வாகனங்களில் ஏற்றினார்கள். மரங்கள் வெட்டுப்பட்ட நிலத்தின் நாயக்கனும், அவனது சொந்தங்களும் போலீஸ்காரர்களுடன் ஓடிஓடி சேரிக்காரர்களை அடையாளம் காட்டினார்கள்.

“பச்ச உயிருங்க. கொளந்தைங்கள வெட்டினமாதிரி வெட்டியிருக்கீங்களேடா! ஒக்காள ஒளிங்களா!”

“ஒரே ஒரு பறநாயியெ உடாதீங்க.”

கூட்டம் சிதறி ஓடியது. போலீஸ்காரர்களிலே ஒரு கும்பல் சேரிக்குள் ஓடியது. அவர்களின் பின்னாலேயே இரண்டு போலீஸ் வாகனங்களும் சைரனை எழுப்பிக்கொண்டு போயின.

சேரியிலிருந்து பெண்கள் அலறுவதும், கதறுவதும் வெகு தூரத்துக்குக் கேட்டது. ஊருக்குள் நுழைந்ததும் போலீஸ்காரர்கள் கண்களில் படுகிற ஆண்களையும் பெண்களையும் அடித்து உதைத்தார்கள். வீடுகளுக்குள்ளே புகுந்து ஆண்களை இழுத்துவந்து வாகனங்களில் ஏற்றினார்கள். போலீஸ்காரர்களிடம் சிக்காமல் சிலர் ஆற்றுக்காகவும் நிலங்களுக்காகவும் ஓடினார்கள். போலீஸ் வண்டியைப் பார்த்து ஓடிவந்த நாட்டாண்மைக்காரர் கெஞ்சினார்.

“நானே புடுச்சித் தர்றேன்யா. அடிக்காதீங்க.”

“டேய்... சுன்னி. ஏறுடா வண்டியில.”

வெயில் ஏறிக்கொண்டிருந்தபோது போலீஸ் வாகனங்கள் ஊரிலிருந்து கிளம்பிப் போயின. வண்டிக்குள்ளே ஆட்களோடு உட்கார்ந்திருந்த சின்னச்சாமியின் முகம் வீங்கி வாயோரங்களில் ரத்தம் வழிந்துகொண்டிருந்தது. பேச்சுமூச்சின்றித் தெருவிலே விழுந்திருக்கும். அம்மாவையும், அழுது அரற்றிக்கொண்டிருக்கும் செந்தாமரையையும் ஆதங்கத்துடன் பார்த்தான். விறைப்புடன் இயல்பாக இருப்பது போலக் காட்டிக்கொள்ள முயற்சி செய்தான். அழுகை கட்டுக்கடங்காமல் பெருக்கெடுத்து உள்ளூர முட்டியது.

வீட்டுக்குள்ளிருந்து அவனை அடித்து இழுத்து வந்தபோது தெருப் பெண்கள் திட்டினார்கள்.

“எல்லாம் இந்த எஞ்சாண்டைக் குடிச்சவனாலதான் ஆனது.”

அப்போது மேலும் அவனுக்கு உதைகள் விழுந்தன. போலீஸ் வண்டிகள் போன கொஞ்ச நேரத்துக்கெல்லாம் பல வீடுகளில் பூட்டுகள் தொங்கின. வெயில் காய்ந்து ஏற ஏற ஊரின் அமைதி இறுகியது. நாய்களும் ஆடுமாடுகளும் மட்டுமே ஊரில் சப்தமெழுப்பியபடி திரிந்தன. சாயந்திரத்தில் நாயக்கமார்கள் சிலர் சேரிக்குள்ளே வந்து பெண்களிடம் மிரட்டிவிட்டுப் போனார்கள்.

"என்னாங்கடீ நெனச்சிட்டிருக்கிறீங்க? மரத்தெ வெட்டிட்டா பயிந்துடுவமா? ஒங்கள ஊரோட வெச்சிக் கொளுத்திப்புடுவோம். நாரப் புண்டைங்களா. ஒளுங்கா உன்னும் ஊடுங்கள்ள இருக்கிற ஆம்புளிங்களை வந்துடச் சொல்லுங்க. எங்கக் கால்ல உளுந்து அய்யா சாமின்னா உட்டுடச் சொல்றோம். இல்லாட்டி வருசக் கணக்குல ஜெயில்லேர்ந்து வரமுடியாதபடி செஞ்சிப்புடுவோம்."

"அப்புறமா உங்களுக்கு எல்லாத்துக்குமே நாங்கதான்!" சொல்லிக்கொண்டே சிலர் சிரித்தார்கள். இருட்டியப் பிறகு ஊருக்குள் வந்த தலையாரி கதை கதையாகச் சொல்லத் தொடங்கினான். போலீஸ் பிடித்துக்கொண்டுபோன நாற்பதுபேர் மேலும் ஜாமீனில் வெளியே வரமுடியாத மாதிரி ஐந்தைந்து வழக்குகளைப் போட்டுள்ளதாகச் சொன்னான்.

"மரம் வெட்டடந்துக்கு எங்கியானா அஞ்சு கேஸ் உண்டா? நாப்பது பேரு மேல மட்டும் இல்லாத, உன்னும் நூறு பேருக்கு லிஸ்டு குடுத்துக்கீறாங்களாம். ஏதோ தத்திமுத்திப் படிச்சிட்டு வந்து கெவுருமென்டு வேல செய்யிற நாலு பேருமேல கூட எளுதிக் குடுத்திட்டாங்களாம். நாம மறுபடியும் ஆண்டமாருங்ககிட்டப் போயி கைகட்டி நிக்கணுங்கிறதுதான் அவனுங்க எண்ணம். ரவிக்கி ஊடூடா ஆம்பிளைங்க எல்லாரையும் தேடிப்பிடிக்கப் போலீஸ் வருதாம்."

## 5

பீதி நெஞ்சுக்குள்ளே பரவுவதுபோல அந்த ராத்திரியும் ஊர் மீது விழுந்து பரவியது. முதல்முறையாக ஆண்கள் இல்லாத இரவாய் பெண்களுக்கு அது இருந்தது. பெருவெள்ளமொன்று தங்கள் ஊரை அந்த இரவில் வந்து அடித்துக்கொண்டு போகப் போவதாய் பெண்கள் நினைத்தார்கள். முன்னிரவிலே சில பெண்கள் தெருக்களிலே உட்கார்ந்து பேசிக் கொண்டிருந்தார்கள். அவர்களில் சிலர் எழுந்து நிலங்களின் பக்கமாய்ப் போனார்கள். அவர்களிடம் வந்த ஆண்கள் அவசர அவசரமாய்ப் பேசிவிட்டு, பெண்கள் கொண்டு வந்திருந்த சாப்பாட்டைத் தின்னத் தொடங்கினார்கள்.

வெகு தொலைவிலிருந்து சில புல்லட்களின் சப்தங்கள் ஊரை நெருங்கி வருவதை அவர்கள் கேட்டார்கள். இருட்டில் அவற்றின் வெளிச்சப் புள்ளிகள் துல்லியமாய்த் தெரிந்தன. ஊர் எல்லையான படவேட்டம்மன் கோயிலருகில்

அவை திரும்பும் ஓசைப் பெரிதாகக் கேட்டதும் சாப்பாட்டை விட்டுவிட்டு மறுபடியும் நிலங்களுக்காய் ஓடினார்கள் ஆண்கள்.

"ஒருத்தன உடாம புடிங்க சார்."

வண்டிகளை நிறுத்திவிட்டு இறங்கிக் கத்தினான் ஒருவன். ஊர்த் தலைவன் அவர்களுடன் இறங்கிச் சத்தம் போட்டான். எல்லாப் பெண்களும் ஓட்டமும் நடையுமாக ஊருக்குள் வந்து வீடுகளைச் சாத்திக்கொண்டார்கள். மூச்சடைப்பதுபோல இருந்தது இருட்டு. நாய்களின் ஓலம் எல்லாத் தெருக்களிலும் கேட்டது.

லத்திகளால் கதவுகளை ஓங்கித் தட்டிக்கொண்டு, வீடுகளுக்குள் நுழைந்து ஆண்களைத் தேடத் தொடங்கினார்கள் போலீஸ்காரர்கள். மௌனத்தை ஊடறுத்துக்கொண்டு சீராக அதிர்ந்து அடங்கும் பூட்ஸ் கால்களின் சப்தங்களால் பெண்கள் குழந்தைகளை அணைத்தபடி சுவரோடு ஒடுங்கினர்.

"யாரும்மே ஊட்டுல? ஆம்புடியான் வந்துட்டானா? தொணக்கி வேணும்னா சொல்லு நாங்க வர்றோம்."

லத்தியின் முரட்டொலிக்கு நடுங்கியபடி கதவைத் திறந்தாள் சீலியம்மாள். அடிவயிறு முட்டிக்கொண்டு காலோடு கழிவதுமாதிரி இருந்தது அவளுக்கு.

"உம் புருசனும் லிஸ்டுல கிறான். ஒளுங்கா வந்துடச் சொல்லு. இல்லன்னா எலும்பை எண்ணிடுவோம்."

எதிர்சந்திலிருந்து வந்து சேர்ந்துகொண்ட போலீஸ்காரர்களுடன் ஊர்த் தலைவன் இருந்தான்.

"உன்னும் நாலு ஊடு தள்ளி சார். அவம் பொண்டாட்டி குளியாத கிறா சார். அவங்கூட மரத்தெ வெட்டிக்கிறான் சார்."

ஊர்த்தலைவன் சொல்லிக்கொண்டே போய் வீட்டைக் காட்டியபடி நின்றான். வெகுநேரம் தட்டியபிறகே கதவுத் திறந்தது. ஆங்காரத்துடன் கத்தினான் ஒரு போலீஸ்காரன். "ஓம் புருசன தான் காத்தாலியே புடுச்சினு போயிட்டாங்களே. மச்சினங்கூடவா படுத்துனு இருந்தே? உள்ள கீறானா அவென்? நாளைக்கே டேசன்ல வந்து நிக்கச் சொல்லு, இல்லன்னா புள்ளதாச்சின்னுகூட உன்னியப் பாக்கமாட்டோம்."

பவுனு நடுங்கியபடியே பின்வாங்கித் தலையாட்டினாள். போலீஸ்காரர்கள்

அடுத்த தெருவுக்குப் போனார்கள். ஊர்த் தலைவன் அவர்களோடு பேசியபடியே வீடுகளைக் காட்டிக் கொண்டு போனான்.

ஊர் எல்லையையொட்டி இருக்கிற கிறிஸ்தவக் கோயிலில் போலீஸ்காரர்கள் இரவு தங்குவதற்குப் போய்விட்டார்கள். திரும்பிக் கொண்டிருந்த ஊர்த் தலைவனைப் பெண்களெல்லாம் பிலுபிலு வென்று பிடித்துக்கொண்டார்கள்.

"உனுக்கு நாயக்கமாரும் கவுண்டமாருந்தான் ஓட்டுப் போட்டாங்களா? நாங்க போடல நீயி இந்தூருதான? இப்பிடி நம்மாளுங்களையே காட்டிக் குடுக்கிறியே? பறையனுக்குப் பொறந்தியா? இல்ல குடியானவனுக்குப் பொறந்தியா?"

"யேய்! அப்பிடியே காறி மூஞ்சன்னா பாரு. உங்காம்பிடியாம் மாரு செஞ்சிக்கிற காரியத்தப் பாருங்களான்னா கேக்க வந்துட் டாளுங்க."

"என்னாத்த பண்ணிட்டாங்க? உனுக்குத்தான் சொறண இல்ல. பின்ன எவ்ளோ நாளுக்குய்யா அவனுங்க ஊருக்குள்ளே நொளைஞ்சிப் போயினுக்கீறது? தண்ணி டேங்கு அவுங்கூருல. சமுதாயக்கூடம் அவுங்கூடல. ரேசன்கட அவுங்கூருல. பஸ் ஸ்டாப்பு அங்க. எல்லாக் கொள்ளும் அங்கியேவா?"

"பெரியவங்க சின்னவங்கன்னு என்னாத்துக்குக்கிறது? எல்லாம் அது அப்பிடிதான். அவுங்ககிட்டயே வாங்கித் துன்னுனு, அவுங்களுக்கே துரோகம் பண்றீங்களா? எல்லாரும் மூடினு போங்களா." அவன் தன் புல்லட்டை கிளப்பிப் போனான்.

"சீ எந்தூரமெயத் துன்னவனே! அவனுங்க எவுனுக்காவதுதான் இவன பெத்துட்டுருக்குவா முனியம்மா. அதான் புத்தியெல்லாம் அப்பிடியே போது."

புளிச் புளிச்சென்று அவனைப் பார்த்தபடி துப்பிவிட்டுப் போனார்கள் பெண்கள்.

"என்னாங்களா உன்னும் பேச்சி? போயிப் படுங்க." தெருவைச் சுற்றிக்கொண்டு போனான் தலையாரி.

பவுனுக்குத் தூக்கம் கலைந்தபோது கிர்ரென்று இருந்தது இரவு. நேரம் எவ்வளவென்று தெரியவில்லை. வீடு இருண்டிருக்கிறது. அவளுக்கு அடிவயிறு வலியெடுத்தது. போலீஸ்காரர்கள் வந்துபோன பிறகு நெடுநேரம் தூங்கவில்லை

அவள். போலீஸ் அடித்து இழுத்துப்போன கணவனின் ஞாபகமாகவே இருந்தது. ஒளிந்து ஒளிந்து மூன்று முறை அவளின் மைத்துனன் வந்து பார்த்துவிட்டுப் போனான். அவனையும் போலீஸ் வந்து கேட்டுவிட்டுப் போயிருக்கிறது. கண்மண் தெரியாமல் அடிப்பார்கள் என்று பெண்கள் சொல்லும்போதெல்லாம் துக்கம் நெஞ்சையடைக்கிறது.

பவுனு தன் அத்தையை மெல்லக் கூப்பிட்டாள். துடித்து எழுந்த சின்னத்தாயி விளக்கைப் போட்டாள். பவுனைப் புழக்கடைப் பக்கமாகக் கூட்டிப்போய் வந்து உட்கார வைத்துவிட்டு அக்கம் பக்கத்துப் பெண்களைக் கூட்டி வர ஓடினாள்.

கொஞ்சநேரத்தில் தெருப்பெண்களெல்லாம் வந்துவிட்டார்கள்.

“பெறக்கற மாசங்கூட இல்லியே. ஏழுதானே ஆகுது. இது என்னா வலியாயிருக்கும்? அவுனுங்களுக்குப் புளாக்கிவர... புள்ள தாச்சின்னு கூடப் பாக்காம பயம் வெச்சிட்டுப் போனதுல அதிர்ச்சியாயிடுச்சோ?”

ஆளுக்கொன்றாய்ப் பெண்கள் பேசிக்கொண்டிருந்தார்கள். பவுனுக்குக் குடிப்பதற்கென்று எதையோ கொண்டுவந்து கொடுத்தார்கள். கொஞ்ச நேரம் கழித்து பவுனிடமிருந்து மெதுவாய் ஒரு குழந்தையின் சத்தம் கேட்டது.

“என்னாடி இப்படி ஆயிருச்சே? கொறமாசத்துல பொறந்தது தாங்குமாடி?”

அழுகை முட்டச் சொன்னாள் சின்னத்தாயி. எலிக்குஞ்சைப் போல அது இருந்தது. பெண்களெல்லாம் கலையத் தொடங்கியதும் சின்னத்தாயி பவுனின் முகத்தருகே குனிந்து சொன்னாள்.

“எசனப்படாதயெம்மா... ஆண்டவன் உட்ட வழி.”

அவள் குழந்தையை வயிற்றோடு அணைத்துக் கட்டிக்கொண்டாள். விடியும்வரை இருவரும் தூங்காமல் இருந்தனர்.

அதிகாலையில் ஊரின் அமைதியை உடைத்துக்கொண்டு ஊர் மூலையிலிருந்து ஒரு பெண்ணின் அழுகுரல் எழுந்தது. நெஞ்சை அறுக்கின்ற அக்குரலைக் கேட்டதும் நடுங்கினாள் சின்னத்தாயி. மடியில் கட்டியிருந்த குழந்தையைப் பிரித்துப் பார்த்தாள். வயிற்றுச் சூட்டிற்குக் கதகதப்பாகத் தூங்கிக்கொண்டிருந்தது அது. குழந்தையை வைக்கோல் மெத்தையில் கிடத்தி பவுனுக்கு அணைத்தமாதிரி இழுத்துவிட்டாள் சின்னத்தாயி. பவுனுவினுடைய கண்கள் மிரட்சியில் அலைந்தன.

“என்னான்னு கொஞ்ச நேரத்துக்கெல்லாம் கண்டுனு வந்திடறேன்.”

சொல்லிவிட்டுப் போன சின்னத்தாயி போன வேகத்திலேயே திரும்பிவிட்டாள்.

“மூலத் தெரு சாவித்திரி புள்ள செத்துருச்சி. பாவம். மூணு மாசத்துக் கொளந்த.”

சேரிப் பெண்கள் எல்லோரும் சாவித்திரி வீட்டுக்கு முன்னால் கூடிவிட்டார்கள். தலையாரி சாவு வீட்டருகிலேயே உட்கார்ந்திருந்தான். போலீஸ்காரரர்கள் வந்து பார்த்துவிட்டுப் போனார்கள். பொழுதேற மண்வெட்டியையும் கடப்பாரையையும் எடுத்துக்கொண்டு ஆற்றுக்காய் இறங்கிப்போய் சுடுகாட்டில் குழிவெட்டத் தொடங்கினார்கள் சில பெண்கள். குழிவெட்டியானதும் செந்தாமரை வந்து சொன்னாள்.

அழுதுகொண்டிருந்த சாவித்திரியை விலக்கிவிட்டுக் குழந்தையின் உடலைத் தூக்கிக்கொண்டு நடந்தார்கள் பெண்கள். அதைப் புதைத்துவிட்டுத் திரும்பியபோது வெயிலின் வெக்கை கூடி ஊர் அமைதியாகிவிட்டிருந்தது.

## 6

செந்தாமரைக்கு அப்பனையும் அம்மாவையுமே பார்த்துக் கொண்டு வீட்டுக்குள்ளே உட்கார்ந்திருக்க முடியவில்லை. வீட்டிலே பிணம் விழுந்ததுபோல் அம்மா எப்போதும் அழுகிறாள். அப்பன் பேசுவதில்லை. இருமியபடியே இருக்கிறான். இரைப்பு வந்துவிட்டால் இலேசிலே நிற்பதில்லை. அவனுக்கு இழுத்துக்கொண்டே போகிறது. அவள் மெல்லமெல்ல மனதை இலேசாக்கிக் கொண்டு பெண்களோடு வந்து சேர்ந்துகொண்டாள். கூலிநாழிக்கென்று போய்க்கொண்டிருந்தது நின்று போனதும் வீட்டு வேலைகளைச் சுருக்காய் முடித்துக் கொண்டு வீடுவீடாய் சுற்றித்திரிந்து கதைபேசத் தொடங்கியிருந்தார்கள் அவர்கள்.

கிழவர்களையும் சிறுவர்களையும் தவிர ஊரில் ஆண்கள் இல்லை. தொலைபேசி இருக்கிற வீட்டில் மட்டும் ஆண் குரல்கள் ஒலிக்கின்றன. அங்கே கூடி நிற்கும் பெண்கள் தம் வீட்டு ஆண்கள் பேசும்போது ஓடிப்போய் நின்று பதில் சொல்கிறார்கள். இப்படிப் பேசுவதைக்கூட பக்கத்து ஊரிலுள்ள மின்னணு தொலைபேசி நிலையத்தில் இருந்தபடி சிலர் ஒட்டுக் கேட்பதாகவும் ஒரு பேசிருக்கிறது.

பகலில் நிலங்களுக்காய் போய் குளித்துவிட்டு வந்து உடுப்புகளை மாட்டிக்கொண்டால் காவலுக்கு இருக்கும் போலீஸ்காரர்களுக்கும் பேச்சுதான். கோயில் நடையைவிட்டுக் கீழிறங்குவதில்லை அவர்கள். இளநீரும், காபியும் பாலும், கறிச்சோறுமாக வேளா வேளைக்கு நாயுடுக்களின் வீடுகளிலிருந்து அவர்களுக்கு வந்துவிடுகின்றன.

சாவித்திரியின் குழந்தை செத்துப்போனதும், பவுனுக்குக் குழந்தை குறைமாசத்தில் பிறந்ததும் பெண்களை அதிர்ச்சியில் ஆழ்த்தி இருந்தன. பகலெல்லாம் அவர்களைத் தூக்கம் பிடித்துக்கொண்டது. சேரியின் எல்லா வீடுகளிலிருந்தும் உச்சிவேளையிலிருந்து சாயங்காலம் வரைக்கும் எழும் குறட்டையொலிகள் புலிகளின் உறுமலைப்போலக் கேட்டன. அச்சத்தத்துக்கு விழித்துக் கொள்ளும் போலீஸ்காரர்கள் நடுக்கமுடன் உட்கார்ந்திருந்தார்கள்.

செந்தாமரை உச்சிப்பொழுதில் தன்னை வந்து சூழ்ந்த உறக்கத்தைத் துரத்திவிட்டு விழித்துக்கொண்டு அமர்ந்திருந்தாள். வீட்டு வாசலில் இருக்கும் பூவரசு அவளுக்கு நிழலை விரித்திருந்தது. அனல் காற்று கிராமத்தின் மேல் வீசுகிறது. ஆற்றுப்பக்கமிருக்கும் மலையிலிருந்தும் நிலங்களிலிருந்தும் வந்து சேர்ந்த காற்றில் கருகிய பயிர்ப் பச்சைகளின் மணம் நிறைந்திருக்கிறது. மக்களை வெயிலின் சூளைக்குள் வீடுகளோடு வைத்து எதுவோ சுடுகிறது என்று நினைத்துக் கொள்கிறாள் செந்தாமரை. சீராக எழும் குறட்டையொலிகள் உறுமல்களாய் அவளிடம் வந்து நிறைந்துகொண்டிருக்கின்றன. அண்ணனின் வீங்கிப் போய் ரத்தம் வழிந்தபடி இருந்த முகம், அவனைக் கொத்திக் கிழித்து, போலீஸ் வாகனம் மறையும் மட்டும் இழுத்துப்போனது எல்லாம் நினைவிலே வந்துவந்து போனபடியே இருக்கின்றன.

பக்கத்து டவுனிலிருந்து சிலர் வந்து போயிருந்தார்கள். ஒருநாள் அவர்கள் அரிசி தந்தார்கள். போலீசில் சிக்கியிருப்பவர்களை வெளியே எடுக்க அவர்கள்தான் முயற்சி செய்கிறார்கள் என்பது செந்தாமரைக்குத் தெரியும். அவர்கள் வக்கீலிடம் கேட்டுக்கொண்டு வந்து வீட்டுக்கு ஆயிரம் ரூபாயாவது தேற்றவேண்டும் என்றதும் நெருப்பைத் தின்றதுபோல தவித்தன பெண்களின் குடல்கள். சாயங்காலமாய் வருவார்களாம் அவர்கள். அவர்களுடன் சேர்ந்து கொண்டுதான் வெளியூர்களில் மறைந்துகொண்டிருக்கும் ஆண்களைப் பார்க்கப் போகவேண்டும். கலெக்டரைப் பார்க்கவேண்டும் என்றெல்லாம் நினைத்துக்கொண்டார்கள்.

இருள் பரவத் தொடங்கியதும் வீடுகளிலிருந்து பெண்கள் வெளியேறி ஒருவர் முகத்தை ஒருவராகப் பரிதாபத்துடன் பார்த்துக் கொண்டார்கள். இரவில் வரப்போகிற போலீஸ்காரரர்களின் பயம் இப்போதே அவர்களைத் தொற்றிக்கொண்டிருந்தது. நேற்றிரவு நடுத்தெரு குப்புத்தாயின் வீட்டில் நுழைந்து அவள் மகளை அலங்க மலங்க இழுத்தார்களாம். அவள் போட்ட சத்தத்தில் ஓடிவந்து விட்டிருக்கிறார்கள்.

முன்னிரவில் பெண்களின் இமைகள் களைத்து ஒட்டும்போது பூட்ஸ் கால்களின் சப்தம் கேட்கத் தொடங்கியது. அடிவயிற்றிலிருந்து எழும் பயம் அவர்களின் இமைகளை மூடாதபடிக்குத் தைத்துவிடுகிறது. சாமத்தின் மௌனத்தைக் கிழித்தபடி தெருக்களில் அலைகின்றன பூட்ஸ் ஒலிகள். பெண்களின் உடம்புகளுக்குள் புகுந்து பேய்போல ஆட்டுகின்றன. ஒடுங்கிச் சுருளும்போதும் தங்கள் நெஞ்சில் அப்பூட்ஸ் கால்கள் நடப்பதுபோல அதிர்கிறது. போலீஸ்காரரர்கள் வரும்போது நாய்களும் குரைப்பதில்லை. வால்களைப் பிட்டத்தில் சுருட்டிக் கொண்டு சுவர்களின் அருகே குழிபறித்து புழுதிக்குள் முடங்கிவிடுகின்றன.

செந்தாமரை தன்னெதிரில் உட்கார்ந்து பேசிக் கொண்டிருப்பவர்களைத் தூங்கப்போவதற்கு முன் வரச் சொன்னாள். தாட்டிமமான பெண்கள் பொறுக்காய் சிலர் சேர்ந்துகொண்டு தெருக்களைச் சுற்றத் தொடங்கினார்கள்.

‘எக்கா, நல்லா அர்த்தர்த்தமா எடுத்துப் போடுங்கக்கா.”

செந்தாமரை அவர்களில் சிலரிடம் கேட்டுக்கொண்டாள். மனங்களுக்குள் நிரம்பியிருக்கும் கசப்பில் முழுக்கி, தங்கள் வசவுகளை எடுத்து தெருக்களில் போட்டுக்கொண்டே நடந்தார்கள். அவர்களின் மர்ம உறுப்புகளில் தோய்த்து எடுக்கப்பட்ட வார்த்தைகள் மலக்குப்பல்களைப் போல தெருக்களில் விழுந்துகொண்டு வந்தன. கொழகொழவெனத் தன் அப்பன் துப்பும் கோழையைப் போன்ற சாப்பனைகளைத் துப்பிக்கொண்டே வந்தாள் செந்தாமரை. தன் பீயையும் தூமையையும் தின்னச் சொல்லி போலீசுக்குப் போட்டு வைத்தாள் சின்னத்தாயி.

முதல் சாமம் வரைக்கும் வீடுகளைச் சாத்திவிட்டு மாரியம்மன் கோயிலருகில் உட்கார்ந்திருந்தார்கள் பெண்கள். ஊர் எல்லையில் போலீஸ்காரரர்களின் பூட்ஸ் ஒலி கேட்கத்தொடங்கியதும் தம் காதுகளை அத்திசையில் மாற்றி வைத்துக்கொண்டனர். வசவுகளில் ஊறி நமுத்த பூட்ஸ்களின் தோல்கள்

பொள்பொள்ளென்று எழுப்பும் சப்தத்துடன் பெண்களைக் கடந்துபோனார்கள் போலீஸ்காரர்கள். பெண்கள் துப்பிவிட்டு வந்த வசவுகள் சேறும் சகதியுமாய் அவர்கள்மேல் அப்பிக்கொண்டு வழிந்தன. தலையைத் தொங்கப் போட்டபடி மூக்கைப் பொத்திக்கொண்டு விலுக்விலுக்கென நடந்துபோனார்கள் அவர்கள்.

"போடா எம்பட்டைகளா..."

போலீஸ்காரர்களைப் பார்த்து உரக்கக் கத்தினாள் சின்னத்தாயி. செந்தாமரையால் சிரிப்பை அடக்கமுடியவில்லை. அவர்கள் எல்லோரும் சிரிக்கத் தொடங்கினார்கள். அவர்கள் சிரித்த சிரிப்பில் காய்ந்த கடலைக் காயின் விதைகளைப் போல ஊரே கலகலவென ஆடத் தொடங்கியது.

இரவு முழுக்கப் பெண்கள் பேசிக் கழித்தார்கள்.

"நம்மூருக்கு வந்த கோராமையப் பாத்தியா? ஆம்பிளைங்க ஊரூரா திரிய, நாம இப்படி வாழுனுமுன்னு ஆச்சே?"

"சாவித்திரி ஆம்பிடியானும், அவ மகனும் பெங்களூர்ல கீறாங்களாம். செல பேரு காட்டுப்பாடியிலயும், செல பேரு மெட்ராசுலயும் கீறாங்களாம்."

"நாட்டாமக்காரன் புள்ள கதயக் கேட்டா கோராம தாயி. பாவம் ஆத்தே நடந்துப்போயி, ஆம்பூரு மேல் ரோட்டுலேருந்து பஸ் ஏறிப் படிச்சிட்டு வருது. அந்த செவலிங்கம் மகன் யாரோ சொந்தக்காரங்க ஊருக்கு ஓடிப்போயி, வழி தெரியாம கரும்புத் தோட்டத்திலேயே ஒரு நாளெல்லாம் இருந்தானாம் போயேன்."

"எங்கெங்க ஓடனது! ஆத்தத்தாண்டி, மலைக்கா, கொல்லிங் கள்ள ரவ்வு தங்கி... நல்ல மனசு படச்ச கவுண்டமாரு செலரு தன் ஊட்டுலயே நம்பாளுங்க செலர மறச்சி வெச்சினுகீறாங்களாம்."

"யாரு யாரோ தலைவருங்களாம். கட்சிக்காரங்களாம். வந்து பாத்துட்டுப் போனாங்க. உள்ள கீறவங்கள வெளியே கொண்டு வர்லியே. போலீசு இவுனுங்கள எதானா கேட்டா அடிக்க வர்றானுங்க."

"அவுனுங்கள் அடிங்கடான்னு, தெனத்திக்கும் நாக்கிருங்க கோழியும், ஆடுமா கொணாந்து குடுக்கிறானுங்களே. அதத் துன்னுப்புட்டு நம்பள வந்து அடிக்க மாட்டானுங்களா பின்ன?"

சாமங்களின் நடுநடுவே கோழிகள் சிலவும் அவர்களோடு சேர்ந்து மூலைக்கொன்றாய்ப் பேசிக்கொண்டிருந்தன. ஊரின்மீது சூரியன் எழுந்திருந்தபோது ஊர்த்தலைவன் மாரியம்மன் கோயில் முன்னால் நின்று சத்தம் போட்டுக்கொண்டிருந்தான்.

"என்னாங்களா நெனச்சிக்கிட்டிருக்கீங்க ஒங்க மனசுல? பொட்டக் கழுதைங்க. காலோட கழியறவங்களுக்கு அவ்ளோ ஆச்சா? போலீசுக்காரங்கள எவுளுங்க திட்டினது? அவங்ககிட்ட எத்தெத்த காட்டினீங்களோ அத்தத்த அறுத்துப்புட்டா நல்லா கீதா?"

வெற்றுடம்போடிருந்தான் ஊர்த்தலைவன். அவனின் தொந்தி சரிந்திருந்தது. ஒவ்வொரு பேச்சுக்கும் அது குலுங்கியது.

"மரியாதையா சொல்றேன். எம்பேச்சக் கேட்டுனு வந்து எல்லா பொம்பளையும் நாயக்கமாரு கால்ல உளுந்துடுங்க. அப்புறமா நானு எல்லாத்தையும் பாத்துக்கிறேன். அப்படி இல்ல, எவனும் ஜாமின்ல வரமுடியாது. எவனும் ஊருக்குள்ளயும் வரமுடியாது. இந்த ஊருக்கு சனியம் புடுச்சிடுச்சிய்யா சனியம். ஒரு கொளந்த பூடுச்சி. உன்னும் என்னென்ன ஆகப்போதோ... சூத்துக் களுவாத புள்ளைங்கெல்லாம் தலையெடுத்தா இப்பிடிதான் ஆவும். அவுனுங்க பின்னாடி போயி வாலு புடிக்கிறீங்களா? போங்களா..."

காலம்பரமே ஊர்ப்பெண்கள் வேலூருக்குப் போய் கலெக்டரிடம் மனு கொடுக்க நினைத்திருந்தார்கள். எல்லாமே கெட்டுப்போனது போலத் தோன்றியது. ஊர்த்தலைவன் பாதிக்கு மேல் கலைத்துவிட்டுப் போய்விட்டான்.

"துட்டுக்காருங்க அவங்க. கஞ்சிக்கிச் செத்தவங்க போயி மோத முடியுமா? ஜாதிக்காரங்ககிட்ட மோதினா போயி ஆகுமா?"

"பசியும் பட்டினியுமா புள்ளைங்களை வெச்சினு எப்பிடி ஜீவிக்கிறது? தலைவரு சொல்ற மாதிரி கேட்டுக்கலாம்."

ஆத்தங்கரையிலிருந்து நாயக்கமார் ஊருக்குள்ளே நுழையும் இடத்திலும், ஊர் எல்லையான படவேட்டம்மன் கோயில் பக்கத்திலும் இரவோடிரவாக இரண்டாள் உயரத்துக்குத் தடுப்புச் சுவர்களைக் கட்டியிருப்பதாகப் பெண்கள் பேசிக்கொண்டும் இருந்தார்கள். நேற்றுச் சாயங்காலம் வரையில்கூட அங்கே எதுவும் இல்லை. இரவோடிரவாக எப்படி எழுப்பியிருப்பார்கள்? பேய்களை வைத்துக் கட்டியிருப்பார்களா? என்றெல்லாம் பேசிக்கொண்டார்கள்.

வெயில் உறைப்பதுபோல காயத் தொடங்கியபோது செந்தாமரை சில பெண்களைக் கூட்டிக்கொண்டு ஆற்றங்கரைப் பக்கமிருந்த சுவர் அருகில் போய் நின்றுகொண்டிருந்தாள். சுவரின் கீழே தரையை ஒட்டியமாதிரி நாயொன்று நுழையும் அளவுக்குத் துளை இருந்தது. மரம் வெட்டியபிறகு சேரி ஆட்கள் யாரும் ஊருக்குள் வரக்கூடாது என்று முள் மண்டைகளைப் போட்டு வைத்திருந்தது அவளுக்குத் தெரியும். இப்படிச் சுவர் எழுப்புவார்கள் என்று நினைக்கவில்லை.

ஊரிலிருந்து காலணித் தொழிற்சாலைக்குப் போகிற பெண்கள் சிலரும் ஊர்த்தலைவனுக்கு வேண்டியவர்களும் முள்மண்டைகளை விலக்கிவிட்டுப் போய்க்கொண்டுதான் இருந்தார்கள். இப்போது அவர்களும் எப்படிப் போவார்கள் என்ற யோசனை எழுந்தது. ஆட்கள் நிறையப் பேர் வந்து சேர்ந்ததும் சுவரை முட்டித் தள்ளி விடலாம் என்று திட்டமிட்டுக் கொண்டிருந்தாள் செந்தாமரை. ஈரச்சுவர் என்பதால் அது சுலபமாய் விழுந்துவிடும் என்று நம்பிக்கையிருந்தது. காலணித் தொழிற்சாலைக்குப் போவதற்கென வந்து கொண்டிருந்தவர்களை நிறுத்தினாள் அவள்.

“செவுர தள்ளிடலாம். செத்த நில்லுங்க.”

“உனுக்கும் உங்கண்ணனுக்கும் இதே வேலதான். போமே கடசியா. கம்பினிக்கு ஒருநாள் போலன்னனாலும் லெப்பைங்க நிறுத்திப் புடுவானுங்க.

“எங்களுக்கு வழியே வேணாமே. எதோ இந்தச் சந்தையானா உட்டு வெச்சிக்கீறாங்களே நாய்க்கமாரு. அதுவே போதும்.”

அப்பெண்கள் தங்களின் கைகளை வாலைப்போல் பின்னால் சுருட்டிக்கொண்டு சுவரின் துளையருகே மண்டியிட்டார்கள். உடலைக் குறுக்கிக்கொண்டு மெதுவாகத் தலைகளைத் துளையினுள் நுழைத்து வெளியேறினார்கள். செந்தாமரைக்கும் அவளுடன் இருந்தவர்களுக்கும் ஆச்சரியம் தாளவில்லை.

ஊர்த்தலைவனுக்கு வேண்டப்பட்ட ஆண்கள் துளையுள் நுழைவதைப் பார்த்தபோது பெண்களே மேல் என்றிருந்தது. பாம்பு போலக் கீழே படுத்து மார்பில் ஊர்ந்தே துளை வழியாகப் போனார்கள் அந்த ஆண்கள்.

நாள் முழுதும் வேலூருக்குப் போவதைப் பற்றிய எண்ணத்திலேயே இருந்தாள் செந்தாமரை, பொழுதமர அவளிடம் அன்பரசி வந்து சேர்ந்துகொண்டாள். சின்னச்சாமி அவளிடம் சினேகமாய் இருப்பது செந்தாமரைக்குத் தெரியும். இருவரும் இஷ்டக்காரிகள் என்பதால் நெருக்கமாய் பேசிக் கொண்டார்கள்.

அன்பரசியின் கண்களில் காதல் திரை கட்டியிருந்தது. சின்னச்சாமியைப் பற்றிப் பேசும்போதெல்லாம் நீர்க்கசிந்து விழிகளில் உருள்கின்றன. சாம்பல் பூத்த உடம்பில் மெலிந்து வதங்கி இருந்தாள் அவள். அவனை அடித்து இழுத்துப்போனதைச் செந்தாமரை சொல்லத் தொடங்கியதும் அன்பரசிக்கு அழுகைப் பெருக்கெடுத்தது. அவனை போலீஸ் பிடித்துப் போனதிலிருந்து அவளின் அம்மா திட்டிக்கொண்டே இருப்பதாக அழுகையின் வழியே சொன்னாள் அன்பரசி, மறுநாள் அவளும் வேலூருக்கு வருவதாகச் சொல்லிக்கொண்டேயிருந்தாள்.

முன்னிரவில் திடீரென்று மழை பெய்யத்தொடங்கியது. செந்தாமரை குடிசையிலிருந்து வெளியே வந்து பார்த்தபோது வானத்தில் மேகங்கள் எதுவும் இல்லை. பருவந்த முகம்போல வானமெங்கும் சின்னதும் பெரியதுமாக நட்சத்திரங்கள் தெரிகின்றன. ஆனாலும் மழை பெய்வது வினோதமாய்த் தெரிந்தது. மழையின் கூப்பாடு அதிகம் கேட்டது. ஊர் ஓரத்திலிருக்கிற தென்னைகளின் தலைகளைச் சிலுப்பி விட்டுக் கொண்டிருந்தது காற்று. குளிர்காலத்தில் அடிக்கிற மாதிரி மழை வாடையோடு அடிக்கிறது அது. நடையில் படுத்திருக்கும் அப்பனின் இளைப்பு அதிகமானதும் உள்ளே போனாள் அவள்.

காலையில் வேலூருக்குப் போகக் கிளம்பிய பெண்கள் ஒன்றாய் வந்து நின்றுகொண்டிருந்தபோது சிலர் அவர்களைத் திட்டிக்கொண்டிருந்தார்கள்.

"ஊர்த் தலைவன் பேச்சக் கேட்டுனு பேசறவங்க பேச்சையெல்லாம் எதுக்குக் கேக்கணும்? அவனுக்கெல்லாம் எதுக்கு மீச? அவெம் மூஞ்சியில கீற மீசையும் ஒன்னு. எந்தொடையில் கீற மீசையும் ஒன்னு. நடங்கடி."

அவர்கள் சத்துணவுக் கூடத்தையொட்டிப் போட்டிருந்த சிமெண்ட் படிகளில் இறங்கி ஆற்றுக்காய் போனார்கள். புது வெள்ளத்தின் மணம் அவர்களை எதிர்கொண்டு அடித்தது. சாந்து ஊற்றி வைத்தது மாதிரி வழியெல்லாம் வண்டல்படிந்து சொத சொதவென்று இருந்தது. கொருக்கைப் புதர்களில் நுரைப்பொதிகள் பழுப்பும் வெளுப்புமாய் அங்கங்கே ஒட்டிக்கொண்டு நீரோட்டத்துக்கு ஏற்றமாதிரி அசைந்தபடி இருந்தன. எவ்வளவு பெரிய மழைக்கும் இதுபோல இரு கரைகளைப் பிடித்துக்கொண்டு ஆற்றில் தண்ணீர் ஓடி அவர்கள் பார்த்ததில்லை.

“நானு சின்னப்போ பாத்ததுடீயெம்மா. பின்னியும் இப்பத்தான் இப்பிடியொரு தண்ணீயப் பாக்கிறேன்.” மூத்த பெண்ணொருத்தி சொன்னாள்.

கோழி கூப்பிட ஆற்றுக்குச் சிலர் வந்தபோதுகூட ஆறு காய்ந்துதான் கிடந்தது. திடீரென இப்படி வெள்ளம் வருமென்று அவர்கள் எதிர்பார்க்கவில்லை.

நேரமாகிறது என்று சிலர் சொல்லவும் எல்லாப் பெண்களும் ஆற்றிலே இறங்கினர். கிழக்குப் பார்த்த மாதிரி ஆற்றின் போக்கிலேயே நீரோட்டத்தைக் கடந்தனர். பச்சகுப்பம் வந்ததும் ஆற்றின் கரையேறி வேலூருக்குப் போகிற பஸ்சிலே ஏறிக்கொண்டார்கள் அவர்கள்.

## 7

மனிதர்களின் நடமாட்டம் இல்லாமலேயே இன்னும் இருந்தது ஊர். வழக்குக்கு என்று பிடித்துப் போனவர்களையும், போலீசிடம் சிக்காமல் திரிகிறவர்களையும் தவிர மற்ற ஆண்களெல்லாம் வந்து விட்டார்கள். ஆனாலும் ஊர் அப்படியேதான் வாயடைத்து இருந்தது. சிறுவர்கள் மட்டுமே விளையாடுகிறார்கள். கிழவர்களின் தலையாட்டல்களும் கோலூன்றும் சப்தமும் ஊரின் அமைதியைக் குலைக்க முயற்சித்து தோற்கின்றன.

பெண்கள் வெளியில் போவதும் வருவதுமாக ஆகிவிட்டிருந்தது. வெளியூர்களிலே சொந்தக்காரரர்களின் வீடுகளில் இருக்கும் ஆண்களைப் போய்ப் பார்த்து வந்தார்கள். பணத்தைப் புரட்டிக் கொண்டு வழக்கில் இருப்பவர்களைப் பிணையில் எடுக்கச் சில பெண்கள் திரிந்தார்கள்.

வெறுமை பீடித்திருக்கும் வீடுகளில் பெண்களின் விசும்பல்களும் குழந்தைகளின் சிணுங்கல்களும் நிறைந்திருக்கின்றன. புத்தி தெளிந்த பிள்ளைகளுக்கு எதையும் தாயிடம் கேட்க மனமில்லை. கைக்குழந்தைகளின் சிணுங்கல்கள்தான் வலிக்கச் செய்தது. பாயோடு ஒட்டிக்கொண்டு படுத்திருக்கும் குழந்தைகளின் கண்களில் மட்டும் உயிர் தேங்கி ஒரு விளக்குத்திரிபோல் அசைகிறது. பெண்களின் மெல்லிய தொடல்களின்போது தங்களின் உயிர்த்திருத்தலைப் புதுப்பித்துக் கொள்கின்றன அவ்விளம் உடல்கள்.

பொருக்குப் பொருக்காய் சாணத்தரைகள் பெயர்ந்து, தூசும் தும்பும் படிந்த வீடுகளின் உள்ளறைகள் கவனிப்பாரின்றிக் கிடக்கின்றன. கதகதப்பாய் உள்ளே

படுக்க ஆண்கள் இல்லாததால் பெருக்க மனமின்றி விட்டிருக்கிறார்கள் பெண்கள். எதைச் சாப்பிடுவதென்று அவர்களுக்குத் தெரியவில்லை. உடம்பிலிருக்கும் சாற்றையெல்லாம் உறிஞ்சிக்கொண்டு போய்விடுவதுபோல வீடுகளைச் சுற்றிச் சுற்றி ஆங்காரமாய் வீசிக் கொண்டிருக்கிறது காற்று.

காற்றைத் தின்னத் தொடங்கியிருக்கிறார்கள் அவர்கள். வாசலிலும் திண்ணையிலும் மொட்டைச் சுவர்களின் மேலும் வாயைத்திறந்து வைத்தபடி ஏறி நிற்கத் தொடங்கினார்கள். பசியெடுக்கும் போதெல்லாம் காற்றை விழுங்குவதற்குத் தமது குழந்தைகளுக்கும் கற்றுத் தந்தார்கள் பெண்கள்.

பலூன்போல உடம்பை உப்பச் செய்யும்படி காற்றை உள்ளிழுத்துக்கொண்டு மூச்சு வாங்க வீட்டுக்குள் போய் தண்ணீர் குடித்துக்கொண்டார்கள். அவர்களின் எலும்புகளில் காற்று நுழைந்து மேலும் அவர்களை நொறுக்கிவிடும்படி பலவீனமாக்கி விட்டிருந்தது. காற்று நிரம்பி மிதக்கத் தொடங்கின சில குழந்தைகள்.

"அம்மா பறக்கிற மாதிரி இருக்கும்மா. பறக்க முடிஞ்சா நாங்க பறந்துபோயி மரத்துங்கள்ள இருக்கிற பழங்களத் தின்னுட்டு உங்களுக்குக்கூட கொண்டு வர்றோம்மா. கவலப்படாதீங்க" என்று அம்மாக்களிடம் சொன்னதும் அவர்களைக் கட்டிப்பிடித்து முத்தம் கொடுத்தார்கள் பெண்கள்.

இரண்டு மூன்று வாரங்களுக்குப் பின்பு செந்தாமரையின் அப்பன் செத்துப்போனான். நொறுங்கிப்போன அவளின் அலறல் மேளச் சத்தத்தையும் மீறிக் கேட்டது. கிழவன் புட்டுக்கானும், சில சிறுவர்களும் சாவு வீட்டின் எதிரிலே செத்தை செனார்களைக் கொளுத்திவிட்டு மேளம் அடித்துக் கொண்டிருந்தனர். பக்கத்திலிருக்கும் ஊர்களில் உள்ள உறவினர்களுக்கு ஆள் விடவேண்டும் என்று போலீஸ்காரர்களிடம் கேட்டுக்கொண்டிருந்தான் தலையாரி.

'தங்கச் சரவெளக்கு
தண்ணி மேல நின்னெரியும்
தண்ணி பட்டா அணையாது - என்
தனிம சொன்னா அணைஞ்சிவிடும்.'

செந்தாமரையின் அம்மா மார்பில் அடித்துக்கொண்டு அழுதபடி கிழவனின் அருகிலேயே கிடந்தாள். அவள் மகனை நினைத்துக் கொண்டு பாடினாள்.

'வேலூருக்கு அந்தாண்ட
வம்சம் ரெண்டு வாளுதம்மா - நான்
வீழ்ந்தன்னு சேதி கண்டா
வேலூரு பெரண்டு வரும் - என்
வம்சம் ரெண்டும் முன்ன வரும்.'

சொந்தக்காரர்கள் வரத்தொடங்கிவிட்டனர். சின்னச்சாமியின் வெற்றிடம் பேரழுகையைக் கிளப்பியது. செந்தாமரைக்குள் அடக்க முடியாத வெறியொன்று எழுந்தெழுந்து அடங்கியபடி இருந்தது. கிழவனைப் புதைத்துவிட்டு வந்தபின்பு மேலும் இறுக்கமான மௌனம் ஊருக்குள்ளே குடிகொண்டது. அண்ணனை உடனே பார்க்க வேண்டும் என்று துடித்துக் கொண்டிருந்தாள் செந்தாமரை.

ஒருநாளைத் தேர்ந்துகொண்டு வேலூருக்குப் போனார்கள். மனு எழுதிக் கொடுத்துவிட்டுக் கூப்பிடுவதற்கென்று காத்திருந்தார்கள். பத்துப் பேருக்கும் மேல் அவர்கள் இருந்தார்கள். சின்னச்சாமியைப் பார்க்கப் போகிற வேகத்தில் அடித்துக் கொண்டிருந்தது செந்தாமரையின் மனம். அவளின் அம்மா வருவதாகச் சொல்லிக்கொண்டிருந்தும் செந்தாமரைதான் வேண்டாமென்று விட்டாள். கையிலும் காசில்லாமல் இருந்தது. ஊரிலோ பெரும்பாலான வீடுகளில் பட்டினிதான். சாதிக்காரர்கள் நிலங்களிலே பெண்களுக்கு வேலை இல்லை.

போலீஸ்காரர்கள் சிலர் நுழைவாயில் அருகில் நின்றுகொண்டு உள்ளே போகிறவர்களின் பட்டியலை உரக்கப் படித்தார்கள். சிறைச் சாலையின் உள்வாயிலுக்குக் கீழ்ப்பக்கமாக இருக்கும் கைதிகளின் சந்திப்பு அறைக்குள் போவதற்கு முன்பு சிலர் அவர்களைப் பரிசோதனை செய்தார்கள்.

கைதிகளின் சந்திப்பு அறைக்குள் நுழைந்ததும் அங்கிருந்த இருட்டுக்குக் கண்கள் பழக நேரம் பிடித்தது. நீண்ட கொட்டடியில் கம்பி வலைக்குப் பின்னால் தூரத்திலே உறவினர்களைப் பார்த்துக் காத்திருந்தார்கள் கைதிகள். அவரவரின் உறவினர்கள் உள்ளிருப்பவர்களுடன் உரத்துப் பேசுவதால் அந்தக் கூடம் இரைச்சலால் நிரம்பி இருந்தது.

செந்தாமரையின் கண்கள் அண்ணனைத் தேடி அலைந்தன. சின்னச்சாமியும் சகாக்களும் முன்னாலிருப்பவர்களை விலக்கிக் கொண்டு கம்பிக்கு நெருக்கமாக வந்து நின்றனர். அவனைப் பார்த்ததும் செந்தாமரைக்கு அழுகை முட்டியது.

அழத் தொடங்கிவிட்டாள். அன்பரசியின் கண்களில் நீர்ச் சரம் கோர்த்தது. சாவித்திரி குழந்தை இறந்ததைச் சொல்லியபடி மயங்கிச் சரிந்தாள்.

சின்னச்சாமி பேசாமல் நின்றான். கம்பியை இறுகப் பற்றி தலை முட்டியபடி மௌனமாய்க் கேவினான். வீட்டாரையும் மக்க மனுசரையும் பார்த்துப் பல வாரங்களாகியிருந்தன. மனிதர்களின் ஏக்கத்தில் கால்கைகள் வீங்கிவிட்டன. மனதோ விம்மிப் புடைத்திருக்கிறது. அவர்கள் பேசிக்கொள்வது தெளிவாகக் கேட்கவில்லை. ஆவலிலே புரிந்ததுபோல அடுத்தடுத்துப் பேசிக்கொண்டே போனார்கள். எல்லாச் சொற்களையும் அங்கேயே கொட்டிவிட்டு ஊமைகளாக வெளியேற நினைப்பவர்களைப்போல அவர்கள் பேச்சின் வேகமிருந்தது.

"ஐக்கோர்ட்டுல போட்டுக்கிறதா வக்கீலு சொன்னாரு. அடுத்தவாரம் ஜாமீன் கெடச்சிடும்." அவர்களிடம் உரக்கச் சொன்னான் சின்னச்சாமி.

"அம்மாவப் பாத்துக்க. நா வந்தபிறகு அப்பனுக்கு காரியத்தெ வெச்சிக்கலாம்."

புறப்படும்போது கம்பித் தடுப்புக்கருகில் மேலும் நெருங்கி கோபத்திலே முகம் இறுகியபடி செந்தாமரையிடம் சொன்னான் சின்னச்சாமி.

"வெளிய வந்துடறேன். இனிமேல்ட்டுக்கு மரம் வெட்டுறதுன்னாலும் சரிதான், அவனுங்கள் வெட்டுறதுன்னாலும் சரிதான்."

## 8

திரும்பி வரும்போது வேலூர் லாங் பஜாரில் மரங்களுக்கு வைப்பதற்கென்று கேட்டு மருந்து வாங்கிக்கொண்டாள் செந்தாமரை. மருந்து வைத்த நாற்பது நாட்கள் வரை அம்மரத்தின் காய்களையும் இளநீரையும் சாப்பிடக்கூடாதென்று கடைக்காரன் அவளிடம் சொல்லியனுப்பினான். அளவு அதிகமானால் மரமே செத்துவிடும் என்றான். கவனமுடன் தலையாட்டிக்கொண்டாள்.

மரம் வெட்டியதால் கூப்பாடு போட்டவன் நிலத்திலெல்லாம் ஒரு மரம்கூட இருக்கக்கூடாது என்று கருவிக் கொண்டார்கள் அவர்கள். அமிலம் ஊற்றினாலும் மரங்கள் செத்துவிடும் என்று அவளுக்குத் தெரியும். ஆனால், எல்லா மரங்களின் வேரிலும் போய் நின்று அவளும் அவள் கூட்டாளிகளும்

அமிலம் பெய்ய முடியாது. மருந்து வைப்பதுதான் தோது என்று தீர்மானமாய் இருந்தார்கள்.

ஊருக்கு வந்து சேர்ந்ததும் பொழுது போகட்டுமெனப் பார்த்திருந்து விட்டு இரவிலே அவளும் சில பெண்களுமாகக் கிளம்பினார்கள். பாலிதீன் உறைகளில் மருந்துகளை அளவுக்கு அதிகமாகக் கட்டி துளைகளைப் போட்டு வைத்திருந்தார்கள் அவர்கள். மரங்களின் வேர்களிலே தோண்டி வைத்துவிடலாம் என்றாள் செந்தாமரை.

வானத்தைத் துளைக்கும் விறைப்புடன் நின்றிருந்தன மரங்கள். அவற்றின் வேர்கள் முடிகளாய்ச் சுருண்ட புற்களின் இருளில் புதையுண்டிருந்தன. வீழ்த்த முடியாது என்ற தோரணையுடன் இருந்த அம்மரங்களைப் பற்றிய பல கதைகள் பெண்களுக்குத் தெரியும். புல்லறுக்கப் போனபோது இம்மரங்களால்தான் ஒருத்தி சரளைக் கற்கள் முதுகைத் துளைக்க அழுத்தப்பட்டாள். வேறொரு மரக்கிளை, ஒருத்தி நான்று கொள்ள இடம் தந்தது. வேலைக்குப் போகும் போதெல்லாம் வந்து போகும்படி இன்னும் அம்மரங்கள் அழைத்துக்கொண்டே இருக்கின்றன. அவை தம்மில் எப்போதும் நுழையக் காத்திருப்பது அவர்களுக்குத் தெரியும்.

சப்தம் செய்யாமல் போய், எதிர்ப்படும் மரங்களுக்கெல்லாம் மருந்து வைத்தனர் பெண்கள். தையல்காரனின் மரத்துக்கு மருந்து வைப்பதில் செந்தாமரைக்கும், குறித்த சிலரின் மரங்களுக்கு மருந்து வைப்பதில் சில பெண்களுக்கும் அதிக உற்சாகம் பிறந்தது. மருந்து வைத்துவிட்டு வந்த சில நாட்களில் மரங்களெல்லாம் பட்டுப்போகத் தொடங்கிவிட்டன. குடியான தெருக்களின் ஆண்கள் எல்லாம் தங்கள் மரங்கள் விழாதபடிக்கு இறுக்கிப் பிடித்துக்கொண்டு திரியத் தொடங்கினர்.

ஒரு மாதத்துக்கு மேலாகிவிட்டது. சிறையிலிருப்பவர்கள் எல்லோரும் ஜாமீனில் நாளை வருவதாகச் சொன்ன சேதி கொண்டாட்டமாக இருந்தது. நோயிலிருந்து தேறி வருவதுபோலத் தெரிந்தது ஊர். அந்த வளர்பிறைக் காலத்தின் முன்னிரவிலே குழந்தையை வயிற்றில் அணைத்து மடிகட்டியபடி வாசலில் இருந்தாள் பவுனு. பெரிய கண்ணாடிப் போத்தல்களில் வென்னீர் நிரப்பி வைத்து, நடுவே வைக்கோலைப் பரப்பி, பருத்தித் துணிகளைப் போட்டு அக்குழந்தைக்கெனப் படுக்கையைத் தயார் செய்திருக்கிறாள் சின்னத்தாயி, வயிற்றுச் சூட்டில் மெல்ல ஊர்வதுபோல அசைகிறது குழந்தை. இன்னும்

அது வயிற்றுக்குள்ளேயே இருப்பதாக நினைவில் பதிந்திருக்கிறது. கணவனைப் போய்ப் பார்த்து வரலாமென்று அவளுக்கு ஆசை இருந்தும் குழந்தைக்கு ஆகாது என்பதால் கோழிபோல அதை அடைகாத்தபடி வீட்டுக்குள்ளேயே இருந்துவிட்டாள்.

பின்னிரவுக்குப் பிறகு ஊரில் பலருக்கும் தூக்கம் பிடிக்கவில்லை. செந்தாமரையும், அன்பரசியும் இரவெல்லாம் பேசியே கழித்துவிட்டார்கள். பொழுது விடிந்ததும் உலவத் தொடங்கி விட்டனர். பறவைகளின் கூச்சலும் வழக்கத்துக்கு அதிகமாகக் கேட்பது போலிருந்தது.

விடிந்தபிறகு சாவித்திரி ஆற்றுக்காய் போனபோது பவுனுவைப் பார்த்தாள்.

"எப்பிடிக்கீது உங்கொளந்த?"

சாவித்திரியின் வாஞ்சையில் பால் கசிந்தது.

"எப்பிடியோ பொளச்சிக்கிச்சி யெக்கா."

"எனுக்குதான் குடுப்பன இல்ல. அடுத்த முற கெட்டி உயிரா எல்லாத்தையும் தாங்கற மாதிரி, ஆனை கணக்கா பல மாசமிருந்து பெத்துக்கணும்."

சாவித்திரி துக்கத்தில் சிரித்தாள்.

உச்சி வேளைக்குப் பிறகுதான் சிறையிலிருந்தவர்கள் எல்லோரும் ஊருக்கு வந்து சேர்ந்தார்கள். ஊர் எல்லையிலேயே மேளத்தோடு ஆண்களும் பெண்களுமாகக் கூடி இருந்தார்கள். தூரத்திலே வந்துகொண்டிருப்பவர்களின் தலைகள் தென்பட்டதும் மேளமடிக்கத் தொடங்கிவிட்டார்கள். மேளத்தோடு எல்லோர் நெஞ்சுகளும் இணைந்துகொண்டன. செந்தாமரை ஆரத்தித் தட்டை எடுத்துக்கொண்டு முன்னால் வந்து நின்றுகொண்டாள். பவுனு தன் மடியினை அவிழ்த்து குழந்தையைக் கைகளில் தூக்கி மார்போடு வைத்து ஏந்திக்கொண்டாள்.

2004

# நீரோட்டம்

அவள் வீட்டு வாசலில் நீண்ட நேரமாகக் காத்துக் கொண்டிருந்தான் கார்மேகம். மோகனாள் வெளியிலேயே வரவில்லை. அவளின் அம்மா மட்டும் வந்து இலேசாய் தனது முதிர்ந்த முகத்தினைக் காட்டிவிட்டுப் போனாள். அவளின் பாட்டிதான் பாத்திரங்களைக் கொண்டு வந்து வைத்தாள்.

“எப்பா காரு, ம்... எல்லாத்தியும் ரொப்பு.”

பாட்டிக்கு அவனிடம் எப்போதும் கிண்டல்தான். இந்தக் கணத்திலும் அது போகவில்லை. வேறொரு நாளாக இருந்திருந்தால், அவனும் அவளுக்குச் சவால் விடுவான்.

“வாயெ தொறேன். உன்னையும் ரொப்பிடறேன்” என்பான்.

இன்று அது முடியவில்லை. அவன் மனம் முழுவதும் வீட்டுக்குள்ளேயே இருந்தது. பதினைந்து நிமிடங்களுக்கு மேலாகியும் மோகனாள் வெளியே வரவில்லை. கார்மேகம் மிதிவண்டியின் கொக்கிகளிலிருந்து கருப்புநிற தண்ணீர் கேன்களை விடுவித்துத் தூக்கிப் பாத்திரங்களில் ஊற்றினான். பலவானான அவன் கைகளின் தசைகள் நரம்புகள் நெளிய முறுக்கேறித் திரண்டன. அவனுக்குள் ஆத்திரமும், துக்கமும் ஒருசேர வந்தன. உடலின் எல்லா உறுப்புகளும் கண்களாகி அவளையே நோக்குகின்றன. அவளுக்காகக் காத்திருக்கையில் அவளைத் தவிர வேறு எண்ணமில்லை. அவன் செயலிழந்து போகும் கணம் அது. இறந்துவிடுவதைப்போல. அவள் வந்துதான் அவனை உயிர்ப்பிக்கிறாள். தன் பார்வையாலோ, புன்னகையாலோ. ஆனால், அவளே மௌனப் போர்வையினுள் புதைந்து கொண்டும் அவனைச் சிட்சிக்கிறாள். மூன்று கேன் தண்ணீரையும் பாத்திரங்களில் கொட்டியப் பிறகு கேட்டான்.

"எல்லாத்தையும் ரொப்பியாச்சு. இன்னும் இருக்கா?"

"உள்ளே போயிதான் பாக்கணும். செத்த இரு. வறேன்." பாட்டி உள்ளே போனாள்.

மோகனாள் வருவது போலிருந்தது. பின்னல் பின்னலாய் அவள் அணிந்துகொண்டிருக்கிற கொலுசு அவளின் வருகையை முன்னறிவிக்கிறது. தீப்பிழம்பு போல் சிவந்திருக்கிற அப்பாதங்களுக்கு மருதாணி இட்டிருக்கிறாள் மோகனாள். ஆழ்ந்த சிவப்பாகியிருக்கிறது அது. நெளிவிரல்களுக்கு இட்ட நகப்பூச்சு, நகம் வளர்ந்து வெட்ட வெட்ட பிறைநிலவு போலத் தோற்றம் கொண்டிருக்கிறது. பாதம் மீது கொலுசு தழுவிக்கிடக்கிறது. பால் குடிக்கும் மார்போடு கவிழ்ந்து கிடக்கும் குழந்தைதான் ஞாபகத்திற்கு வருகிறது அவனுக்கு. மெல்லிய விரல்களை நீட்டி வாசல் திரைச்சீலையை இலேசாக விலக்கிப் பார்த்து, "ஆச்சா?" என்றாள் மோகனாள். கார்மேகம் அவளை ஊடுருவிப் பார்த்தான். அவள் சிரிப்பில் குழைந்து உருகினாள்.

"நான் உங்கிட்ட என்ன கேட்டேன்? குடிக்க தண்ணீ கேட்டனா?"

"அய்யோ மறந்துருச்சி."

"அப்ப என்னையுங்கூட மறந்துடு. என்ன சரியா?"

அவள் புன்னகையை இழுத்துப் பிடித்துக்கொண்டு அவனை ஆழமாகப் பார்த்தாள். புன்னகையோடு இருப்பதற்குக் கடுமையாக முயற்சிப்பது தெரிந்தது. விட்டால் அவள் கண்களாய் சிறகடித்துக் கொண்டிருக்கும் வண்ணத்துப்பூச்சிகள் கூடப் பறந்துவிடலாம். மோகனாள் பிடித்திருந்த திரைச்சீலையை விட்டாள். அவள் மனம்போல அது துடித்து அடங்கியது. அவள் உள்ளே போவது கொலுசின் தேய்ந்து மறையும் ஒலியில் புரிந்தது.

படாரெனத் தன் நெற்றியில் அடித்துக்கொண்டான் கார்மேகம். ஏன் நாம் இப்படிப் பேசினோம். அவனுக்குத் தன்னை நினைக்க அருவருப்பாக இருந்தது. மோகனாள் நீர்ச்செம்புடன் வந்தாள். அவன் பலநாள் தாகத்திலிருந்தவனாய் அதை வாங்கிக் குடித்தான். அவளிடம் தண்ணீர் வாங்கிக் குடிப்பதுதான் எவ்வளவு இன்பமானது. நீர் பாய்ந்த நாற்றங்கால் செடியாய் குதூகலிக்கிறது மனம். நீராய் அவள் பரவுகிறாள். மழையெனப் பொழிந்து உள்ளை நனைக்கிறாள்.

"மன்னிக்கணும், கோபத்துல சொல்லிட்டேன்."

திடீரென ஒரு யாசகனைப் போலக் கையேந்தினான் கார்மேகம்.

"பிளீஸ்... சாரி... கோபத்துல சொல்லிட்டேன். எவ்ளோ நேரம் காத்திருந்தேன் தெரியுமா? அதான்."

மோகனாளின் கண்கள் மேலும் கனிந்து நீர்ப்பசை ஏறி இருந்தன. அவனை நேர்கொண்டு பார்க்காமல் முகம் தாழ்த்திக் கொண்டவளாய்ச் சொன்னாள்.

"இல்ல இல்ல... நீங்க சொல்லுங்க..."

"டேய்... இங்க பாரு. சாரி..."

மோகனாளைப் பின்தொடர்ந்து போய் கால்களைக் கட்டிக்கொண்டு கெஞ்ச நினைத்தான் கார்மேகம். அவள் பிடியிலிருந்து நழுவி நின்ற திரைச்சீலை ஏறிக் கடக்க முடியாத மலைத் தொடர் போல அவனைத் தடுத்தது.

அவனை என்னவோ கேட்டுக்கொண்டு வெளியே வந்த பாட்டிக்கு ஒன்றும் சொல்லத் தோன்றவில்லை. நீர்கேன்களை விறுவிறுவென எடுத்து மிதிவண்டியின் கொக்கிகளில் மாட்டிவிட்டு, ஏறி மிதித்தான்.

மிதிவண்டி நகரும்போது வெளியறை சன்னலைப் பார்த்தான். அவனை நீர்மல்கிய இரு கண்கள் பார்த்துக் கொண்டிருந்தன. குறுக்குச் சந்துகளைக் கடந்து எண்ணெய்க் கடை வீதிக்கு வந்தான். ஒரு தேநீர்க்கடையில் போய் உட்கார்ந்து கொண்டான். அவனுக்குக் கதறியழ வேண்டும் போல இருந்தது. சுற்றிலும் மனிதர்கள். விரும்பியதைக்கூடப் பிறருக்குத் தொந்தரவின்றிச் செய்ய முடியாதபடி நெருக்கும் முட்டாள்தனமான உலகம். கோபத்தைத் திரட்டி கையால் சுவற்றை ஓங்கிக் குத்தினான். கடைக்காரன் அவனைத் திரும்பிப் பார்த்தான்.

உலகம் முட்டாள்தனமானதல்ல. நான்தான் முட்டாள். என்னென்னவோ பேச வேண்டுமென்று தோன்றுகிறது. ஆனால், நினைத்தது ஒன்றைக்கூடப் பேச முடிவதில்லை. போதையில் பிதற்றுகிறவனைப்போல நாக்கு வெறுமனே பிதற்றுகிறது. தொடர்பில்லாமல் பேசுகிறது. தேவதையைப் பார்த்தவுடனே சொற்கள் நடுக்கம் கொள்கின்றன. பதற்றம் தொற்றிக் கொள்கிறது. கார்மேகம் தன்னைக் கட்டுப்படுத்த முடியாதவனாய் தொடை மீது குத்திக்கொண்டான். கதகதவென்று வெம்மையாய் கண்ணீர் சுரந்தது. கீழே குனிந்துகொண்டான்.

"இப்பிடி வெச்சிடுங்க."

மேசை மீது கைகளை ஊன்றித் தலை கவிழ்ந்துகொண்டே சொன்னான் கார்மேகம். தூசு விழுந்த கண்களைக் கசக்குவது போல் கண்ணீரைத் துடைக்கத் தொடங்கினான். நீர்க்கண்ணாடியின் ஊடே உலகம் மங்கலாய்த் தெரிந்தது அவனுக்கு.

## 2

பரிதா காலணித் தொழிற்சாலையின் வாசல் எதிரிலே தவம் இருந்தான் கார்மேகம். மோகனாளிடம் அப்படிப் பேசிவிட்டு வந்ததிலிருந்து நிதானம் போய்விட்டது. எல்லோர் மீதும் எரிந்து விழவே தோன்றியது. உலகமே வெறுக்கிறது. இருந்து இருந்து மனம் எதையாவது நினைத்துக்கொள்கிறது. வினோதமானதும் விபரீதமானதுமான கற்பனைகள். ஒருவேளை மோகனாள் கேட்டால் கூடச் சிரிப்பாள். கார்மேகம் தன் மனதைச் சபித்துக் கொண்டான். அவளைப் பார்த்ததிலிருந்து, தான் காணாமல் போய்விட்டதாக ஓர் உணர்வு அவனுக்கு. அதுவும் நிஜம்தான். இருபத்து நான்கு மணிநேரமும் அவளின் நினைவுகள்தான். மாலைநேரத்தில் மரம் அடையும் பறவைகளின் ஓயாத சப்தமாய் அந் நினைவுகள் ஆரவாரிக்கின்றன. சாப்பிடவும், வேலை செய்யவும் பிடிக்கவில்லை. யாருடன் பேசினாலும் அவள் மனதில் வருகிறாள். தனித்திருக்கத் தோன்றுகிறது. எதன்மீதும் நாட்டமில்லை. புதிது புதிதாய் பகல் கனவுகளைக் கற்பிதம் செய்யத் தோன்றுகிறது. அவள் தனக்காகவே விசேடமாக இருக்கிறாள் என்ற பிரேமை தோன்றியதும் ஆனந்தத்தில் மனம் நெகிழ்ந்து கண்கள் கசிகின்றன. அப்போது அழுவதுதான் எவ்வளவு இன்பமானது!

தொழிற்சாலை விடும் நேரமாகியிருந்தது. கார்மேகத்துக்குப் பரபரப்பு கூடியது. அவளைப் பார்க்கும்போதும், பேசும்போதும் தொற்றிக்கொள்ளும் பதற்றம். அன்று அவனுக்குக் கோபம் வந்திருக்க ஒரு முகாந்திரமும் இல்லைதான். தொழிற்சாலை வாசலில் நின்று அவளை வாரத்துக்கு ஒருமுறை சந்தித்து விடுவதுண்டு. இல்லையெனில் எங்காவது வழியில் சந்திப்பான். அவள் அ-கஸ்பா விலிருந்து தொழிற்சாலைக்கு வரும் வழிகள் இணுக்கு இணுக்காய்த் தெரியும் அவனுக்கு.

மிதிவண்டியில் காற்றைப்போலப் பறந்து அவள் நடையை எங்காகிலும் ஓரிடத்தில் தடுத்துவிடுவான். உடனே அவள் தன்னுடன் பேசிக்கொண்டு வரும் தோழிகளிடம் சொல்லிக் கொண்டு பிரிந்து நிற்பாள். மிதிவண்டியிலிருந்து இறங்காமலேயே, அவளின் சிறகடிக்கும் கண்களை அணுக்கத்தில் பார்த்தபடி பேசுவான். மனதில் கற்பனை செய்துகொண்டு வந்ததெல்லாம் மறந்துபோகும். அப்படி அவளைச் சந்தித்து ஒரு வாரத்துக்கும் மேலாகியிருந்தது. நடுவில் இரண்டொருநாள் ஊருக்குப் போய் வரவேண்டியிருந்தது. ஒவ்வொரு முறையும் அவளை நீண்ட நாட்களுக்குப் பார்க்க முடியாமல் போனால் அவன் தனிமையில் அழுவான். அப்படியேதான் இம்முறையும் போய் வந்தான். எப்போது எப்போது என அவளைப் பார்க்க மனம் எருக்கம்பஞ்சாய்ப் பறந்தது. அதே வேகத்தோடும் நினைப்போடும்தான் அன்று தண்ணீர் எடுத்துக்கொண்டு அவள் வீட்டுக்குப் போயிருந்தான்.

அவன் மிதிவண்டியின் மணியினை அடித்துவிட்டு "தண்ணீ" என்று சொன்னதும் எட்டிப்பார்த்த மோகனாளின் முகம் எந்தச் சலனமுமின்றி இருந்தது. அவனுக்கு நெஞ்சே வெடித்துவிடும் போலிருந்தது. இத்தனை நாள் கழித்து சந்தித்திருக்கிறோம். எப்படித் தன் உணர்வுகளைக் காட்டிக்கொள்ளாமல் இவளால் இருக்க முடிகிறது. முன்பு ஒரு முறைகூட அவளின் தொழிற்சாலைப் பேருந்தில் போகும்போது இப்படித்தான் வறண்ட பார்வையோடு அவனைப் பார்த்தாள். பிறகு ஒருமுறைகூட அவனைத் திரும்பியே பார்க்கவில்லை. அடுத்த முறை சந்திக்கையில் கேட்டபோது மனசு சரியில்லை என்றாள். இன்றும் அப்படித்தான் நிற்கிறாள். கார்மேகம் வலியச் சிரித்தான்.

"கொஞ்சம் தண்ணி வேணும் குடிக்க." அவள் உள்ளே போனாள். ஒருயுகம் கடந்தது.

ஒவ்வொரு யுகமாய் அவனுக்குள் கடந்தும் அவள் வரவில்லை. நாம் மட்டும் கணம்கணமாய் நாள் முழுக்க அவளையே நினைத்துக்கொண்டு இருக்கிறோம். அவளுக்கு அப்படி எதுவும் நினைப்பு இருக்காதா? எப்படி மறக்க முடியும்? மறந்துபோவதைப் போன்றதொரு புறக்கணிப்பு எதுவும் இருக்கிறதா? அது எத்தனை கொடுமையானது, அவளிடம் ஏதேனும் இப்படிக் கேட்டுப் பெறுவதே அவள் முகத்தை திரும்பவும் ஒருமுறைப் பார்ப்பதற்காகத்தான். அது அவளுக்கும் தெரியும். நாடகமாகவே அது இருந்தாலும் இயல்பாக நடக்கும். இன்று ஏன் இந்த நாடகத்தில் நடிக்க அவள் உடன்படவில்லை.

போதை மருந்து உட்கொண்டவன் ஒரே எண்ணத்தையே நினைத்து ஆழ்வதைப்போல மோகனாளையே நினைத்து ஆழ்ந்தான் கார்மேகம். அவள் போதை. அவள் மது. அவள் கஞ்சா... இப்படி நினைத்துக் கொண்டிருக்கையிலேதான் மிகச் சாதாரணமாய் என்ன ஆயிற்று என்று விசாரித்துக்கொண்டு வருகிறாள். இதைவிட வேறு என்ன ஆக வேண்டும்! உலகின் மிகக் கொடூரங்களில் ஒன்றல்லவா இந்தப் புறக்கணிப்பும் கேள்வியும், அவன் கொதிப்பு மூண்டவனாக 'என்னையும் மறந்துவிடு' என்று சொல்லத் தலைப்பட்டான். அவனுக்கு அப்போது வேறு வழி தெரியவில்லை.

தூரத்தில் வருகிறபோதே அவளைப் பார்த்துவிட்டான். அவளின் வெள்ளை நிற சுடிதாரில் ஓரப்பகுதிகள் மட்டும் குங்கும நிறத்தில் இருந்தன. அதே குங்குமத்தின் வண்ணத்திலேயே துப்பட்டாவை போட்டிருந்தாள். கார்மேகத்தைப் பார்த்ததும் அவள் முகம் இலேசாகக் கனிந்து சிரிப்பு நுரையிட்டது. தொழிற்சாலையின் எதிரில் சாலை நெடுக புளியமரங்கள் இருந்தன. இருவரும் ஒரு மரத்தடியில் போய் நின்றுகொண்டார்கள். அவள் பேசாமலேயே இருந்தாள். இப்போது அவளிடம் ஒரு சில்லி சிரிப்புமில்லை. திடீரென அவள் முகம் இறுக்கமானவுடன் கார்மேகத்தின் மனதில் நடுக்கம் கூடியது.

"என்ன மன்னிச்சுடு. நான் ரொம்ப நேரமா காத்திருந்தேன். உன்னையே நெனச்சிட்டு நின்னேன். நீதான் வரல்லே. அதான் கோபத்துல..."

"தண்ணீ கொண்டுவர மறந்துட்டதுக்கும், உன்ன மறக்கிறதுக்கும் என்ன சம்மந்தம் இருக்கு?"

"பிளீஸ், அதெ விட்டுடேன். எனக்கு மனசே சரியில்ல. விட்டா அழுதுடுவேன்னு தோணுது."

"எங்க வீட்டுக்கு தண்ணீ விக்கிறவரா அதைச் சொன்னியா? இல்ல என்ன விரும்பறவரா அதைச் சொன்னியா?"

அவனுக்குத் திணறியது. இப்படியுமா யோசிப்பாள் இவள். நாம் எவ்வளவு முட்டாளாக இருக்கிறோம். அவளோ பலகோணங்களிலல்லவா ஒன்றைப்

புரிந்துகொள்கிறாள். ஒரே மாதிரி நினைப்பதும், ஒரே மாதிரி புரிந்துகொள்வதும் தவறு என்கிறாள். இவள் பாடம் புகட்டுகிறாள். இவள் பெரும் ஆசிரியர். மாபெரும் ஆசான். என் ஆண்டாள். அவன் பதிலுக்குத் திண்டாடினான். எப்படிப் பதில் சொன்னாலும் சிக்கிக் கொள்ளத்தான் வேண்டும். சொற்களால் நுணுக்கமாகப் பின்னப்பட்ட கண்ணியை வீசிவிட்டு நிற்கிறாள்.

"நா எப்பவுமே உன்னெ விரும்பறவனாத்தான் பேசறேன். அன்னைக்கு ஏதோ கோபம்."

கார்மேகம் தன் கையிலிருந்த ரோஜாப் பொட்டலத்தை நீட்டினான். அவளின் சுடிதாருக்குப் பொருத்தமானதாகத்தான் இருந்தது. ஆழ்ந்த சிவப்பு ரோஜா. மோகனாள் குதூகலத்துடன் அதை வாங்கிக்கொண்டாள். அவன் முன்னாகவே ரோஜாவைத் தலையில் சொருகினாள். கார்மேகம் அவளை நுணுக்கமாகப் பார்த்தான். ஆச்சரியம் தாளவில்லை. கோபத்தின் சுவடு ஒரு துளியும் இல்லை. அந்த முகத்தில் சிரிப்பு பொங்கிப் பொங்கித் தளும்பியது. அவனுக்குப் போதை ஏறியதுபோல ஆனது. அவளை இறுகக் கட்டிக்கொண்டு உருகத் தோன்றியது. மகிழ்ச்சியைத் தாங்கக் கூடாதவனாய் நெஞ்சில் கைவைத்துக் கொண்டு வான் நோக்கிச் சிரித்தான். புளியமரத்தின் சில்லி இலைகளின் நடுவே ஆழ்ந்த பிசிறில்லாத வானம் பூடகமாகப் பார்ப்பது போலிருந்தது. அவனுக்கு அப்போதே செத்துவிடலாம் போலத் தோன்றியது.

"எனக்கு ஒரு ஆச. உங்கிட்ட பேசிக்கிட்டிருக்கும்போதே, உன்னை நெனச்சிட்டிருக்கும்போதே நான் செத்துப் போயிடணும்."

இப்படி ஒருமுறை அவன் சொன்னபோது மோகனாள் கன்னா பின்னாவெனத் திட்டினாள். இப்போது அப்படி எதையாவது உளற விரும்பியது மனம். அவன் நாவோ புற்றில் திரும்பும் பாம்பெனத் தலைத் திருப்பிக் கொண்டது.

"நான் ஆனமடுவிலிருந்து அ-கஸ்பா வரைக்கும் வர்றதே உனக்காகத்தான். இல்லேன்னா உமர்ரோடு, கிருஷ்ணாபுரம் இதோடவே நிறுத்திக்குவேன்."

அவள் ஆழ்ந்த ஈடுபாட்டுடன் சிரித்தாள். அவன் மேலும் குலுங்கி அலைந்தான். காற்றாடிக்கால வனமானது மனம்.

"நேரமாச்சி நான் வர்றேன்."

கார்மேகத்துக்குப் பதில் சொல்லத் தோன்றவில்லை. அவன் உடலிலிருந்து பிய்ந்துபோவதுபோல நடந்து சாலையின் மறுபுறம் காத்திருந்த தோழிகள்

இருவருடன் சேர்ந்துகொண்டாள் மோகனாள். அவனால் நகர முடியவில்லை. புளியமரத்தின் ஆணி வேரையும் கடந்து அவன் கால்கள் புதைந்து போயிருந்தன. அந்த இடம் இப்போது அவனுக்கு மிகப்பிரியமான இடமாகத் தோன்றியது. அங்கேயே நின்றபடி காலத்தின் பின்னோக்கி நடந்துகொண்டிருந்தான்.

## 3

தூக்கம் வராமல் புரண்டான் கார்மேகம். அவன் இரவுகளைத் துப்பட்டாவாய்ச் சுருட்டித் தன் மேல் போட்டுக்கொண்டு போய் விட்டாள் அவள். அவளை முதன் நாளில் பார்த்ததைப் போன்ற பரவசமும், மகிழ்ச்சியும் நிறைந்திருந்தன இப்போதும். யுகத்துக்கு ஒருமுறை புரளும் திருமாலைப்போலன்றி, கணத்துக்கு ஒருமுறை புரண்டான் அவன். இப்படியே கணமொரு யுகமாய்க் கழித்து தேவர்களையெல்லாம் கடந்தான். ஊரில் நூலகத்தில் படித்த கதைகளும், கவிதைகளும் நினைவுக்கு வந்து போயின. அப்போது நூலகர்களாக இருந்த மப்சல் பாரியும், அருள்சோதியும் அவனுக்குப் பாலியகால சினேகிதர்களைப் போலத்தான். பனிரெண்டாவதோடு படிப்புக்கு மட்டம் போட்டப் பிறகு அப்பாவின் நச்சரிப்பிலிருந்து தப்பிக்க அந்தப் புத்தக அறைகள்தான் உதவின.

விரும்பிப் படித்த ரஷ்யக் கதைகளிலிருந்து ஜமீலாவும், கரினாவும், நாஸ்தென்காவும் மோகனாளின் உருவத்தில் எழுந்து வருகிறார்கள். மேலே சுழலும் மின்விசிறியில் சிக்கி அவன் கனவுகளும், எண்ணங்களும் துகள்துகளாய் அரைகின்றன. அந்த அறையே அவனின் கனவுக்குகையாய்த் தெரிகிறது. இன்னேரம் என்ன செய்துகொண்டிருப்பாள் என்று நினைத்தான். தூங்கிக் கொண்டிருப்பாள் அல்லாது வேறென்ன செய்வாள் என்றவன் நினைக்கவில்லை. பித்துப் பிடித்திருந்தது. எழுந்து உட்கார்ந்து சுவர்களை வெறித்தான். உடல் பறக்க நினைக்கிறது. ஒவ்வோர் அலகும் மெதுவாகிவிட்டது. ஒர் இறகைப்போலக் கரைந்து போய்விடத்தான் விரும்புகிறது மனம்.

மோகனாளை மாலை வெயிலின் பின்னணியில் ஒரு நாள் முதன் முதலாய்ப் பார்த்தான் கார்மேகம். தண்ணீர் விற்பதற்காக அவன் ஆம்பூர் முழுக்கச் சுற்றுவான். ஆனைமடுகிலிருந்து நல்ல தண்ணீரை நான்கு கேன்களில் பிடித்து நிரப்பி கொக்கிகளில் மாட்டிக்கொண்டதும் அவன் மிதிவண்டிப் பயணம்

தொடங்கி விடும். ஒவ்வொரு கேனும் இரண்டு குடம் தண்ணீர் பிடிப்பவை. ஆம்பூரைச் சுற்றியுள்ள எண்ணற்ற காலணித் தொழிற்சாலைகளுக்கு வேதிப் பொருட்களை நிரப்பிக்கொண்டு வருபவை அவை. வேதிப் பொருட்களைத் தீர்த்தபிறகு அக்கேன்கள் விற்பனைக்கு வந்துவிடும். கைப்பிடியுடன் இருப்பவை, அண்டாக்களைப் போன்றவை என அவைகளில் எத்தனையோ வகை உண்டு. தண்ணீர் விற்பவனின் முதலீடுகள் இவைதான். கேன்கள், மிதிவண்டி, உடல் வலு. எப்படியோ இவையெல்லாம் இருப்பதைப் போலத் தோன்றியவுடன் அவனின் தொழிலும் தொடங்கியது. ஆனால், சொற்ப நாட்களிலேயே அவன் வேறோர் உண்மையையும் கண்டுணர வாய்த்தது. தண்ணீர் விற்பவனின் முதலீடு தாகம் என்பதை.

தோல் தொழிற்சாலைகளிலிருந்து வெளியேறும் கழிவுகள் ஆற்றில் கலக்கும். அரவமென அக்கழிவுகள் மண்ணில் பரவி ஊர்ந்து நிலத்தடியில் பொதிந்திருக்கும் நீர் ஊற்று நாளத்தைத் தீண்டும். ஆண்டுகள் பலவாய் கழிவுகள் தீண்டி நீர் நாளங்கள் நஞ்சேறி, நிலம் செத்து நாளானது. பிணத்தின் மீது வசித்தார்கள் மக்கள். நீர்வேட்கையில் அவர்கள் விடாய்த்து தவித்தபோது "தண்ணீ" என்று வாசலில் நின்று மிதிவண்டியின் மணியொலித்தான் கார்மேகம். தன் பெயரும் அதற்குப் பொருத்தமாக இருப்பது குறித்து அவனுக்குப் பெருமகிழ்ச்சிதான். மக்கள் உடனே அவனைத் தமது வீடுகளில் சேர்த்துக்கொண்டனர். அவ்வீடுகளின் சமையல் அறைவரைக்கும்கூடப் போய் வந்தான் அவன்.

"நீதான் மேகமாச்சே. கேன்ல தண்ணீ கொண்டு வர்றதை விட்டுட்டு மழையாவே பெஞ்சிட்டு போயேன்."

சொல்லும்போதே சிரித்தாள் மோகனாள் ஒருமுறை அவனிடம். அவன் அவளை வியந்து பார்த்தான். காற்று, தேனீயாய் அலைந்து பறந்து நீர் சேர்க்கும் நீர்அடைதான் மேகம் என்று அவன் கற்பனை விரிந்ததும் சிலிர்த்தது.

"நீர்க்கூட்டிலிருந்து பிழிந்து எடுத்ததுதான் இந்தத் தண்ணீ. உனக்காகச் சிறப்பா செஞ்சது."

அவள் சிரிப்பு இரட்டிப்பானது அப்போது.

"நீ பேசாம தண்ணீ விக்கிறதெ விட்டுட்டு கவிதையெழுதப் போயேன்."

"உன்னெப் பார்த்த பிறகு அதெப்படி முடியும்?"

மிகுந்த காதலுடன் அவனைப் பார்த்துவிட்டு உள்ளே போய்விட்டாள்.

புதிய பெத்லகேமில் அவன் தங்கியிருக்கின்ற அக்காவின் வீட்டிலிருந்து காலையிலேயே கிளம்பி விடுவான். நேரே ஆனைமடுகு போவான். அவனுக்கு முன்பாகவே மேலும் சில நீர் வணிகர்கள் அங்கு இருப்பார்கள். ஒரு கேனுக்கு அய்ம்பது பைசாவிலிருந்து ஒரு ரூபாய் வரைக்கும் அவர்கள் நிலத்துக்காரனிடம் தருவதுண்டு. கிணறுடன் நிலம் வைத்திருந்தவர்கள், நீர்பிடிக்கத் தனியே குழாய்களைக் கூட போட்டிருந்தார்கள். ஆம்பூரின் சுற்றுப்புறத்திலேயே இங்குதான் நல்ல தண்ணீர். கார்மேகம் காலையிலும் மாலையிலுமாக இருபது கேன்களுக்கும் மேல் பிடிப்பான். நீர் நிறைத்துக் கொண்டதும், கிளம்பி ரயில்பாதை தரைப்பாலத்தைக் கடந்து உமர் சாலையில் நுழைந்தால் அவன் வியாபாரம் தொடங்கிவிடும்.

முதலில் பீனா மருத்துவமனை. குறுகலான மாடிப் படிகளை ஏறியதும் வருகின்ற இரு அறை கொண்ட அச்சிறு மருத்துவமனையில் மருத்துவரே நோயாளிபோலப் படுத்திருப்பார். அவர் எப்போதும் குடித்திருப்பதை கார்மேகம் மிகக் கவனமாகக் கவனித்திருக்கிறான். அங்கு இரண்டு கேன்கள். காவலர் வாடையில் இரண்டு கேன்கள். மீண்டும் தண்ணீர் கொண்டு வந்தால் தீயணைப்பு நிலையம் எதிரில். சில நேரங்களில் அப்படியே கிருஷ்ணாபுரம் உள்ளே நுழைவான். இல்லையெனில் உமர் சாலையிலேயே போய், காவல்நிலையத்தைக் கடந்து வளையல்காரத் தெரு, அ-கஸ்பா வரைக்கும் போவான்.

அ-கஸ்பாவின் ஒரு வீட்டில் தற்செயலாய் மோகனாளை அவன் பார்ப்பதற்கு அப்படித்தான் நேர்ந்தது. அப்போது மாலை வெயில் இறுகக் காய்ச்சிய பால்போல மஞ்சள் அடர்ந்து மேற்குப்புற முன்வாசலுடைய அவ்வீட்டின் முன்னால் விழுந்தது. அவனின் 'தண்ணீர்' என்ற அழைப்புக் குரல் கேட்டு அவள் வெளியே வந்தபோது காத்திருந்த வெயில் அவளை ஓடிவந்து கட்டிக்கொண்டது. அவனுக்கு அவள் ஒரு வார்ப்புச் சிலையைப் போலத் தோன்றினாள். அவன் திக்குமுக்காடி நின்றான்.

"தண்ணீ வாணாவே. சரி இருங்க. உள்ள போயி கேட்டுனு வர்றேன்."

அவள் மீண்டும் வரும்வரைத் தெளிவற்று இருந்தான்

"ஒரு கேன் மட்டும் ஊத்திட்டுப் போங்க. அம்மா சொன்னாங்க."

அவன் பாத்திரங்களில் நீரைக் கவிழ்த்தபோது மஞ்சளாய் வழிந்தது அது. அவளும் மஞ்சள். நீரும் மஞ்சள். மாலை மஞ்சள். வெயில் மஞ்சள். வீட்டுக்கு வந்த பிறகும் மஞ்சள் அகலவில்லை. அம்மா கல்லரைப்பில் அரைத்து வைத்த குழம்பின் நிறம் பிரியமுடன் கைகளில் ஒட்டியிருப்பது போல் அவள் நினைவு மஞ்சள் ஒட்டியிருந்தது. எவ்வளவு முயன்றாலும் அது போகவே இல்லை.

அடுத்தடுத்த சந்திப்புகளில் அவள் அவனை ஆழமாகப் பார்க்கத் தொடங்கினாள். மிக ஆழமாய்ப் புதைந்திருந்த அவளின் நினைவு மெல்ல இலை விரித்தது. அவள் வேலையிலிருந்து திரும்பிய சமயங்களில் சந்திக்க வாய்த்த சில கணங்கள் மேலும் உதவின. எல்லாமே இந்த நிலைக்கு வந்து அவன் தூக்கம் கெடுக்கிறது பிரியம். அவன் மோகனாளை நீர் என்றே நினைத்தான். அவன் உயிராய், உணவாய், வாழ்வாய் அவள் உருமாறினாள். அவளின்றி அமையாது அவன் உலகு என்று ஆனது. படிகம்போல் நிறமற்று ஆழ்கிறது அவள் நினைவு. எல்லாத் தருணங்களிலும் வந்து நிறைந்து கொள்கிறது. எல்லாமுமாய் உருக்கொள்கிறது. குளிராய், இதமாய், நீர்மையாய். அவள் நீர்தான். அவன் தீர்க்கமாய் நம்பினான். தூக்கம் வந்ததும் அவளுள் குதித்து ஆழ்ந்து எழும்பி கனவுகளில் நீந்தத் தொடங்கினான்.

## 4

தொடர்ந்தாற்போல் இரண்டு ஆண்டுகளுக்குச் சரியான மழை இல்லாமல் போனது. வானத்தின் மதகுகள் இறுக்க அடைத்துக் கொண்டன. எப்போதாவது காற்றில் மிதந்து வரும் பறவையின் வெண்ணிறகுகளை மட்டுமே மேகம் எனக் கருதிக்கொண்டார்கள் மக்கள்.

கார்மேகத்தின் கிராமம் மலையின் அடிவாரம் ஒன்றில் வெயிலுக்குத் தகித்திருந்தது. பாறை மீது உலர வைக்கப்பட்ட தானியமாய்ப் பொரிந்தது அது. கிராமத்தின் சீவனே விவசாயம் தான். மண் பாளம் பாளமாய் வெடித்து நெளிகிறது. பார்ப்பதற்கு வெடிப்புகள் ஒவ்வொன்றும் கூடாத வெட்டுக்காயமாய் கசிகின்றன. மக்கள் காடேறினார்கள். மரங்களையும், சுள்ளிச் சுப்பல்களையும் கட்டி வந்து நகரில் விற்றார்கள். காடு சீக்கிரமே அறுவடை முடிந்த வயல் போலாகிவிட்டது. தங்க இடமின்றி வெங்காற்று அலைந்தது. பறவைகளும், வண்டுகளும், வண்ணத்துப் பூச்சிகளும் எங்கோ மறைந்தன.

கிழங்கு தோண்டப்போனது மக்கள் கூட்டம். நாய்களும், நரிகளும் குதறிப் போட்ட பிரேதம்போல ஆனது காட்டுவெளி. நடுக்காடு வரைக்கும் போன கார்மேகத்தின் தாத்தன் ஒரு நாள் ஓலமிட்டபடி வந்து சேர்ந்தான். குரங்குகள் கூட்டங் கூட்டமாய் செத்துக் கிடப்பதாகச் சொல்லி அழுதான் கிழவன். அவனுக்குச் சொற்கள் வரவில்லை. முதிர்ந்த தேகத்தின் நடுக்கத்தில் தடுமாறின சொற்கள். அவன் மூர்ச்சையாகிக் கிடந்தான் ஊர்நடுவில் கடும் பஞ்சக் காலத்தில் தோல் பைகளிலும், மரப்பீப்பாய்களிலும் நீர் தேடிக் கொணர்ந்தவன் அவன். அவனே இப்படி மூர்ச்சையாகிக் கிடக்கிறானெனில் இனி மனிதர் உயிர் பிழைக்க வழியில்லை. சிறுநீரையும், ரத்தத்தையுமா குடிக்க முடியும்? அதைவிட தற்கொலை செய்து மடியலாம். கிராமமே காட்டுக்குள் ஓடியது. குரங்குகளின் சடலங்கள் சுக்கைப் போல் உலர்ந்து கிடந்தன. அவ்விடம் ஒரு சுனையின் கண் இருந்தது இறந்தவனின் வாய் போலிருந்தது அது. பெண்கள் சிலருக்கு மிரள் வந்தது. கூட்டம் தத்தளித்தது. எனக்கு பூசை வேண்டும் என்றது ஒரு தெய்வம்.

கிராமத்துக்குத் திரும்பிய மக்கள் நாள் குறித்தார்கள். எல்லோரும் தங்களது மாடு கன்றுகளைப் பிடித்துக்கொண்டு காடு ஏசு வேண்டும். ஆள் அரவமற்ற கிராமத்தில், மனிதர்கள் அண்மையின்றிச் சாமிகள் தவிக்க வேண்டும். பின் மனமிரங்கி மழையைப் பொழிய வைக்க வேண்டும்.

காடு ஏகுவதற்கு ஒரு பக்கம் ஏற்பாடுகள் நடந்து கொண்டிருந்த போதே, இன்னொருபுறம் தவளைக் கல்யாணத்துக்கு ஏற்பாடுகளும் நடந்தன. இளவட்டங்களும், சிறுவர்களும் சாக்குப்பை ஒன்றைத் தூக்கிக்கொண்டு வீடு வீடாய் போய் தானியம் இரந்தார்கள். சிலர் அலைந்து திரிந்து இரு பச்சைத் தவளைகளைப் பிடித்து வந்தனர். மண் அறைகளில் பதுங்கியிருந்த அவை பயத்தில் நடுங்கின.

தவளைகளுக்கு மஞ்சள் பூசியானதும், உலக்கையில் கால்கள் கட்டப்பட்டன. கல்யாணக் கூட்டம் அப்படியே காடேறியது. பெரும்பாறை மேட்டில் தவளைக்கு ஒருவர் தாலி கட்டினார். தானியங்களைக் குத்தி களி சமைத்து உண்டது கூட்டம். வீடு திரும்பிய கூட்டம் மழை வருமென்றெண்ணி அனிச்சையாய் முக்காடு போர்த்தியிருந்தது.

காடேகும் நாள் வந்ததும் வனதேவதையைக் கும்பிடக் கிளம்பினார்கள் கிராமத்தார். வனதேவதையை நாடிப் போனால்தான் அவள் மழையை

அனுப்புவாள். மரங்களின் இலைகள் கண்ணீர்த் துளிகளாய் உதிர்ந்து கிடக்கின்றன. காட்டில் குளுமையில்லை. ஆடை இழந்த பெண்போலப் பாறைகள் அவமானமடைந்து குறுகுகின்றன.

மக்கள் ஆளுக்கோர் இடம்பிடித்துப் பொங்கலிட்டனர். நீர் நிலைகளில் குடியிருக்கும் ஏழு கன்னிமார்களுக்குப் பூசைகள் நடந்தன. மரங்களுக்கு மஞ்சள் பூசிப் பொட்டிட்டனர். இரவு கவிந்ததும் சுக்கைகளை எண்ணியபடி பேசிச் சலித்தது கூட்டம். மேகத்துகில் அலைய வனதேவதை தோன்றுவாள் என்று மம்மார்ந்தனர் மக்கள். அந்த இரவில் சுக்கைகளைச் சாட்சியாக வைத்துத்தான் கார்மேகத்தின் அப்பன் செவத்தான் சொன்னான்.

"டேய் புள்ள நீ இதெல்லாத்தியும் பார்த்துனு இங்க இருக்காதே. நம்ம அக்கா வூட்டுக்குப் போயிடு. மளமாரியப் பாத்துனு இருந்த காலம் எங்களோட போட்டும். உங்க மாமெங்காரங்கிட்டச் சொல்லி ஏதானாச்சும் ஒரு கம்பெனியில் சேத்துவுடச் சொல்லு."

ஊர் திரும்பும்வரை அப்பன் சொல்லை அசை போட்டபடி இருந்தவன், மக்யா நாளே சொல்லிக்கொண்டு கிளம்பி விட்டான். ஆம்பூர் வந்து சேர்ந்ததும் ஏதோ கண்காணாத இடத்துக்கு வந்து சேர்ந்தது போலத் தெரிந்தது. மாமனுடன் சில காலணித் தொழிற்சாலைகளுக்குச் சுற்றினான் கார்மேகம். பெண் ஆள்தான் வேண்டுமென்றார்கள். வாழ்க்கையிலேயே முதன்முதலாகப் பெண்ணாய் பிறந்திருக்கலாமே என்று அப்போது அவனுக்கு ஆசை ஒன்று உண்டானது.

"டேய் காரு, இதெல்லாத்தியும் பாத்தா ஒன்னும் வேலக்கி ஆகாது. எந்து சைக்கிளெ நீ எடுத்துக்க. நாலு கேனு வாங்கித் தர்றேன். தண்ணி வியாபி. இப்ப அதுதான் நல்ல தொழிலு. ஒரு கேனுக்கு அஞ்சு ரூபாய்ன்னாலும் ஒரு நாளைக்கு நூறு, எரனூரு சம்பாதிக்கலாம்."

தண்ணீரை விற்பதா? மாமனை வினோதமாகப் பார்த்தான் கார்மேகம். அவனுக்கு அது நம்ப முடியாத சொல்லாக இருந்தது. ஆனால், அந்த ஊரில் அவனுக்கும் முன்பாகவே பலரும் தண்ணீரை விற்றுக்கொண்டுதான் இருந்தனர்.

தொடக்கத்தில் மிதிவண்டியில் சுற்றுவது கால்களை இற்றுப் போகச் செய்தது. கேன்களில் குலுங்கும் நீர் அவனோடு பேசியபடியே வரும். அதன் மொழியை அவனால் புரிந்துகொள்ள முடிவதில்லை. இறுதியாகத்தான் பேசும் நீர் மோகனாள் என்று அறிந்தான்.

# 5

இரண்டொரு நாட்களுக்குப் பின் மோகனாளை வழியில் சந்தித்தான் கார்மேகம். அன்று அவள் வினோதமாகத் தனியாகவே இருந்தாள். அவளோடு தோழிகள் இல்லை. கார்மேகத்தின் மனதில் உற்சாகம் பெருக்கெடுத்தது. அவன் மிதிவண்டியில் இருந்தபடியே வீதியில் ஒதுங்கி நின்றான். அவன் அருகில் வந்தவள் அவனுக்கு மட்டுமே கேட்கும் மெல்லிய குரலில் பேசிட்டுப் போய்விட்டாள்.

"எனக்கு நேரமாச்சி. நான் போகணும்."

மிதிவண்டியிலிருந்து தடுமாறி, நடுச்சாலையில் விழுந்தது போலிருந்தது அவனுக்கு. பித்துப் பிடித்தவன் போல அவள் கடந்து போகும் வீதிகளிலெல்லாம் சுற்றியலைந்தான் கார்மேகம். மிதிவண்டியை மிதித்துத் தொடைகள் புண்களைப்போல வலி கண்டன. நா வறண்டு கண்கள் அடைத்தன. மயக்கம் வருவது போலிருந்தது. அறிமுகமில்லாத ஓர் இடத்தில் இறங்கி நெடுநேரம் உட்கார்ந்திருந்தான். மறுநாள் பார்த்தபோதும் அவ்விதமே சொல்லிச் சென்றாள் மோகனாள்.

அவன் மனது ஓர் இராட்சத எந்திரம்போல இயங்கத்தொடங்கிவிட்டது. என்ன சிக்கல் என்பதை அவனால் ஊகிக்க முடியவில்லை. புத்தக அலமாரியைப் பிரித்து அடுக்குவதுபோல் கடைசி சந்திப்புக்கு முன்னால் நடந்தவைகளையெல்லாம் கவனமாக அலசிப்பார்த்தான். அவன் பிழை இழைத்ததாகத் தெரியவில்லை. நீண்ட தவிப்புக்குப் பிறகு அவளின் தோழி ஒருத்தி அவனிடம் அச்செய்தியைச் சொன்னாள்.

"அவளுக்கு வீட்டுல பிரச்சன. உங்க விசயம் தெரிஞ்சிடுச்சோ என்னவோ. அவளுக்கு மாப்பிளெ பாக்கிறாங்க."

"அதுக்கு எங்கிட்ட பேசாம போனா பிரச்சனை தீர்ந்துடுமா? எங்கிட்டதானே இதைப் பதறிப் போய் சொல்லியிருக்கணும்?"

மேலும் சில நாட்கள் கழிந்தபின் மோகனாளைக் காலணித் தொழிற்சாலையின் வாசலில் பார்த்தான். இருவரும் தங்களின் புளிய மரத்தடிக்குப் போனார்கள். அவனுக்குக் கோபமும் ஆத்திரமுமாய் இருந்தது.

"ஏம் பேசாம போன? வீட்டுல பிரச்சனைன்னா சொல்லக் கூடாதா? சரி. அப்படின்னா உங்க வீட்டுல பாக்கறவனையே கட்டினுபோ."

மோகனாள் இறுக்கமான மவுனத்தோடு நின்றிருந்தாள். கண்ணீர் பொங்கியவளின் விழிகள் நெருப்புத் துண்டுகளைப் போல ஆகியிருந்தன. வழியில் முன்பொருமுறை அவன் சந்திக்கையில் எதையோ சொல்லி, அவள் அழுத அழுகை இன்னும் அவனுக்கு மறக்கவேயில்லை. அவள் கண்கள் அழுகின்றவரையும், எதிரில் இருப்பவரையும் எரித்து விடுவது போலக் கனன்றன. அவளை எப்படிச் சமாதானம் செய்வதென அறியாமல் தடுமாறினான் கார்மேகம்.

"நான் ஒரு முடிவு சொல்றேன். சரின்னா பாரு. ரெண்டு நாள் கழிச்சி இதே மரத்தடியில கம்பெனி விட்டதும் நில்லு. நான் வர்றேன். நாம ரெண்டு பேரும் எங்க வீட்டுக்குப் போயிடலாம். எங்கப்பம்மா ஒத்துக்குவாங்க. நான் காலம் பூராவும் உன்ன பாத்துக்குவேன்."

விடை சொல்லாமல் போன மோகனாளை அவனால் புரிந்துகொள்ள முடியவில்லை. அவனுக்கு இரண்டு நாட்களும் தண்டனை நாட்களைப் போலத் தெரிந்தன. கைதியைப் போல் அவைகளைக் கழித்தான். இரண்டு நாட்களுக்குப்பின் அவனுக்கு முன்பாகவே மோகனாள் அம்மரத்தடியில் நின்றிருந்தாள். இன்னும் தொழிற்சாலை விட்டிருக்கவில்லை. அவளின் கண்களில் மிரட்சி தெரிந்தது. அதை மறைக்க முயன்றாள். முதன்முறையாக அவளின் கையை இறுக்கமாகப் பற்றினான் கார்மேகம். கொஞ்ச நேரத்திற்கெல்லாம் அங்கு வந்த பேருந்தில் இருவரும் ஏறினார்கள்.

## 6

செவத்தானும் பவுனும் முதலில் திகைத்துத்தான் போனார்கள். மகன் ஒரு பெண்ணுடன் திடுதிப்பென்று வந்து நிற்பதை அவர்கள் எதிர்பார்க்கவில்லை. தெருவிலிருந்து சில பெண்கள் வீட்டெதிரில் வந்து நின்று நோட்டம் பார்த்தார்கள். மோகனாளுக்குள் பயமும் கவலையும் சேர்ந்திருந்தன. அவள் கார்மேகத்தோடு ஒட்டி நின்றாள். அவனின் பெற்றவர்களை அரைகுறையாகப் பார்த்துக் கவிழ்ந்து கொண்டாள்.

"என்னா மசமசன்னு பாத்துனு. ஆலத்தி கலக்கினு வந்து சுத்து."

செவத்தானின் சத்தத்துக்கு இயங்கினாள் பவுன். செயலினூடே அவ்வப்போது மோகனாளைப் பார்த்துக்கொண்டாள். வீட்டுக்குள் போய் அறைக்குள் முடங்கியதும் மோகனாள் அழுதாள்.

"பயமாயிருக்கு. எதுவும் ஆகாதில்ல."

"நானு இருக்கன்ல. வீட்டுல ஒன்னும் சொல்ல மாட்டாங்க."

பொய்யாய் இருமிக்கொண்டு செவத்தான் உள்ளே வந்தான். பவுன் அவனின் நிழல்போல் நின்றிருந்தாள்.

"நானு என்ன ஏதுன்னு கேக்கப்போறதில்ல. எங்கள மீறி இப்பிடி திடுதிப்புன்னு வந்து நிற்கிறது கோவந்தான். சரி ஆனது ஆயி போச்சி. இனி வாள போறது நீங்கதான். ஒளுங்கா இருந்துக்கங்க."

இருவரும் மவுனமாக இருந்தனர். செவத்தான் பவுன் பக்கமாகத் திரும்பிச் சொன்னான்.

"நீயி என்னா அந்தப் புள்ள மாதிரி பயிந்துனு நிக்கிறது? போயி அதுக்கு தைரியஞ் சொல்லு."

கார்மேகம் மோகனாளைத் தனியே விட்டு வெளியே போனான்.

"நேரா எங்கேர்ந்து வர்றீங்க?"

"ஆம்பூர்லர்ந்து நேரா இப்பிடியே வந்துட்டோம். அதுங் கம்பெனியாண்ட இருந்தே கூட்டியாந்துட்டேன்."

அப்பனின் கேள்விக்கு மென்றும் விழுங்கியும் பதில் சொன்னான் கார்மேகம்.

பொழுது இருட்டிக்கொண்டு வந்தது. ஊரில் விளக்கு வைத்து விட்டார்கள். செவத்தான் தன் சொந்தங்கள் சிலரைக் கூட்டிக் கொண்டு வந்தான். தன் மாமனும், சித்தப்பன்மார்களும் அவர்களில் இருந்ததை கார்மேகம் பார்த்தான். அவனின் அஞ்சலையத்தை மோகனாளை ஆசை பொங்க வருடிக் கொண்டிருந்தாள்.

*சரி... உன்னும் என்னா கடத்தினு. அவங்கிட்ட அதெக்குடுத்து கட்டச் சொல்லுங்க."

பவுனும் சில பெண்களும் கற்பூரம் கொளுத்தியதும் எல்லோரும் அதைக்

கும்பிட்டார்கள். அவர்கள் தந்த மஞ்சள் கயிறை மோகனாளின் கழுத்தில் கட்டிவிட்டான் கார்மேகம்.

"ஆண்டவா" என்றான் செவத்தான் அப்போது. பெரியவர்களின் காலில் அவர்களை விழச் சொன்னதும் இருவரும் விழுந்து எழுந்தார்கள்.

பவுன் கொஞ்சம் பூச்சரத்தைக் கொண்டுவந்து மோகனாளின் தலையில் வைத்துவிட்டாள்.

"ரெண்டு பேருக்கும் சாப்பாடு குடுங்க."

முன்னிரவின்போது அவர்கள் இருவரையும் கூட்டிக் கொண்டு கிராமத்தின் ஓரம் இருக்கும் ஒரு வீட்டுக்குப் போனான் செவத்தான். அம்மலைக் கிராமத்தில், காட்டை ஒட்டிய மாதிரி இருக்கும் மண்மேடுகளில் ஊர் உருவாகியிருந்தது. ஊருக்குக் கீழே சமவெளியும் ஆறும் உண்டு. பிறகு மீண்டும் காடு. சமவெளி முழுவதும் வெள்ளாமை நிலங்களாயிருந்தன. கந்தக மண்ணைப்போல இருக்கும் வெளிர் மஞ்சள் மண்மேடுகளை ரொட்டித் துண்டுகளைப் போல வெட்டி எடுத்து வீடுகள் நின்று இருந்தன. அவர்கள் போன வீடு ஒரு சிறிய மண்மேட்டின் உச்சியில் இருந்தது.

"பாத்து வரச் சொல்லுப்பா. புது புள்ள. வழி தடுமாறும்" என்றான் செவத்தான்.

மேட்டை ஏற மண்ணை வெட்டி படி செதுக்கியிருந்தார்கள். அது ஒரு மஞ்சுப்புல் வீடு. இருட்டில் அவளுக்கு அது ஒரு சாகசப்பயணம் போலத் தோன்றியது. சிள்வண்டுகளின் சப்தம். அருகில் எங்கோ இருந்த கால்நடை பட்டியிலிருந்து ஆடுமாடுகளின் குரல்கள். சாணத்தின் வாடை. சில பறவைகளின் சிறகடிப்பு. வீட்டினுள் மங்கலாக விளக்கு எரிந்தபடி இருந்தது. மண்ணெண்ணெய் விளக்கின் வெளிச்சம் அங்கு பரவி நிறைந்து இருந்தது. வீட்டிற்குள்ளே சாணம் மெழுகிய வாசம். மரத்துண்டுகளைப் படிபோல இருமுறை ஏற்றிக் கட்டியிருந்ததால் கூரை உயரமாகத் தெரிந்தது. காற்று வீட்டின் உள்ளே வீசியடித்தது.

"எப்பா நா போறேன், நீங்க இங்க இருங்க. உங்களுக்குத் தொணையா நம்ம கண்ணம்மா பாட்டி இருப்பா. யாரு வந்தாலும் தேவையில்லாம வெளியில வரக்கூடாது. ஏதாவது பிரச்சனைன்னாலும் நான் பாத்துக்குவேன். தைரியமா இருங்க."

செவத்தான் அவர்களைத் தனித்திருக்க விட்டுப் போய் விட்டான்.

கண்ணம்மாள் கிழவி மோகனாளிடம் பூராணமாக விசாரித்துக்கொண்டிருந்தாள். கார்மேகம் அவர்களோடு உட்கார்ந்தபடி பூனையைப்போல அவளையே பார்த்துக் கொண்டிருந்தான். அவள் அவன் பார்வையைத் தவிர்க்க நினைத்தாள்.

“டேய் சாமி. உனுக்கு தூக்கம் வந்தா படுத்துக்க. நாங்க அப்பிடி ஒரு ஓரமா படுத்துக்கிறோம்.”

கிழவியிடம் பதில் பேசாமல் போய் படுத்துக்கொண்டான் கார்மேகம். மறுநாள் கார்மேகம் மோகனாளை அழைத்துக்கொண்டு காட்டுக்குப் போனான். அவள் காலையில் எழுந்து வீட்டின் முன் திண்ணையில் வந்து உட்கார்ந்ததும் வியந்தாள். காட்டை இவ்வளவு அணுக்கத்தில் அவள் பார்த்ததில்லை கண்ணுக்கெட்டிய வரை மரங்களும், பாறைகளும், குட்டைச் செடிகளுமாகத் தெரிந்தன. கார்மேகம் ஆம்பூருக்கு இடம்பெயர்ந்த பின்னர்ப் பலமுறை மழை பெய்துவிட்டது. அரசும் வனத்துறையும் இணைந்து இப்போது அங்கங்கே தடுப்பணைகளையும் கூட கட்டியிருப்பதாக ஊரார் சொல்லக் கேட்டிருந்தான் அவன்.

காடு அவளுக்குத் திகிலையும் பரவசத்தையும் ஒன்றாய் தந்தது. ஆளற்ற மௌனம் அவளை எங்கோ பிடித்திழுத்து ஆழ்த்தியது. நகரின் இரைச்சலில், தொழிற்சாலையின் பேரொலியில் சஞ்சாரம் செய்தவளுக்குக் காட்டின் மௌனம் பெருஞ்சப்தமாக ஒலித்தது. அவள் கார்மேகத்தின் கைகளை இறுக்கமாகப் பற்றியபடிதான் நடந்தாள். அவனின் உதவியோடு பாறைகளின் மீதேறி காட்டை ரசித்தாள். காட்டைப் பற்றி எண்ணற்ற கதைகளைச் சொல்லிக்கொண்டு வந்தான் அவன். அங்கங்கே அவளை நிறுத்தி காட்டுப் பழங்களைப் பறித்துத் தந்தான். அவளுக்காகக் காட்டு மலர்கள் பூத்து நிறைந்திருந்தன. காற்று சலசலத்து அவர்களிடம் பேசுவதற்கு முற்பட்டது. அவர்கள் திரும்பி வந்தபோது கண்ணம்மாள் கிழவி சேதி ஒன்றுடன் காத்திருந்தாள்.

## 7

மோகனாளின் ஊரிலிருந்து சிலர் தேடிக்கொண்டு வந்திருப்பதாகச் சொன்னாள் கிழவி. திடுக் என்றது அவர்களுக்கு. கார்மேகம் பதற்றமுடன் மேலும் விசாரித்தான்.

“யாராம் பாட்டி? எத்தனை பேரு வந்திருக்காங்க?”

அழகிய பெரியவன் குறுநாவல்கள் ▸ 129

“தெரியலடா எப்பா. ஊரு பெரிய மனுசங்களோட பேசினு கீறாங்களாம்.”

“இதெ பாத்துக்க. நா வர்றேன்.”

கார்மேகம் கிளம்ப முற்பட்டதும் கிழவி அவனைத் தடுத்தாள்.

“அப்பன் உன்ன எங்கியும் வரவாணாம்னு சொன்னானேடா. நீயி ஏன் அங்க போற? இது பாரு எப்பிடி பயிப்புடுது”

கார்மேகம் மோகனாளின் பக்கமாகப் பார்த்தான். அவள் கண்கள் மிரட்சியில் இருந்தன. முகம் துவண்டிருந்தது.

“பயிப்படாத. நான் யாருகிட்டவும் பேசமாட்டேன். என்ன நடக்குதுன்னு மட்டும் புலனறிஞ்சினு வந்திடறேன்.”

கார்மேகம் வீட்டிலிருந்து இறங்கி, சரிந்து இறங்கும் தெருவில் நடந்தான்.

ஊர் ரச்சையருகில் ஒரு கூட்டம் கூடியிருந்தது. அவன் அவ்விடத்தை நெருங்குவதற்குள் செவத்தான் எதிர்கொண்டு வந்து தடுத்தான் அவனை.

“டேய் காரு. நாந்தான் உன்னைய வரவேணான்னு சொல்லல? நீ எதுக்கு வந்த? அந்தப் புள்ள பயிந்துனு இருக்கும். நீ போ. உங்கள அனுப்பச் சொல்லி கேக்கறாங்க. ஏத்துக்கறாங்களாம். ஆனா, நம்ம பெரிய மனுசங்களுக்கு அவங்க பேச்சில நம்பிக்கை வரல்ல. அதனால, அதெல்லாம் முடியாதுன்னு சொல்லிட்டாங்க.”

கார்மேகம் தயக்கத்துடன் திரும்புகையில் செவத்தான் அவன் அருகில் வந்து மெல்லக் கேட்டான்.

“ஏம்பா, பொண்ணு வேற சாதியாமே? நம்ம சனமில்லியாமே? அத ஏஞ் சொல்லல நீ? ஆமா, அது என்னா சாதி?”

“... அப்பமே சொல்லல. அது மொதலியாரு.”

“யாரோ என்னுமோ. மனுசங்களெல்லாம் ஒன்னுதானே. எனுக்குப் போயி என்னா தயக்கமிருக்கப் போது. சரி நீ போ. யாரு வந்து கூப்டாலும் நீ வெளியே வரக் கூடாது. புரிஞ்சுதா.”

கார்மேகத்தின் திரும்பலுக்கு ஆவலுடன் காத்திருந்தாள் மோகனாள்.

“யாராம் வந்தது?”

மோகனாளின் குரல் தவித்தது.

“உங்க ஊர்க்காரங்க. நம்மள கூப்பிட்டுனு போக வந்தாங்களாம். ஏத்துக்கறாங்களாம்.”

மோகனாள் இலேசாகச் சிரித்தாள். அவளின் சிரிப்பைக் கூர்ந்து படித்தான் அவன்.

“என்ன? ஏத்துப்பாங்கன்னு நெனைக்கிற?”

அவள் மீண்டும் சிரித்தாள். இப்போது கசப்பு கூடுதலாகத் தெரிந்தது.

“அவங்க இருக்கட்டும். உனக்காக நான் எல்லாத்தியும் ஏத்துக்குவேன்.”

கார்மேகம் அவளின் கைகளை இறுகப் பிடித்து அழுத்தினான். அவளைத் தன் பக்கம் இழுத்து அணைத்துக் கொண்டான். அவளின் கண்களில் நீர் கசிந்திருந்தது.

“உனுக்குக் கிறுக்குப் புடிச்சிருக்கா என்ன. எதுக்கு அழுற?”

தசைகளோடு ஒட்டிக் கொள்ளும்படி மேலும் அவளை அணைத்தான்.

மோகனாளைப் பெற்றவர்கள் வந்திருப்பதாகச் சாயங்காலமாய் வந்து அழைத்தாள் அஞ்சலையத்தை. கார்மேகத்துக்கு அந்தச் சூழலை எப்படி எதிர்கொள்வதெனத் தெரியவில்லை. அவர்களுடன் எப்படிப் பேசுவது என்று குழம்பினான். மோகனாள் நடுக்கமுடன் தெரிந்தாள். அவளின் உருண்டையான முகம் வெளுத்து தளர்ந்தது போல் இருந்தது.

“கண்ணே, நீ ஏம்மா பயப்படறே. தைரியமா வந்து பேசு. விரும்பிதான் வந்தேன்னு சொல்லு. நீ எம்பொண்ணும்மா. பயிப்பிடாத வா.”

தெருக்களைக் கடந்து கார்மேகத்தின் வீட்டருகில் போனதும் படபடப்பு மேலும் கூடியது. வீட்டின் முன்திண்ணையில் பாய் போட்டு இருவரும் உட்கார்ந்திருந்தனர். பக்கத்தில் நீர்ச் செம்பு இருந்தது.

அவர்களை நேரிட்டுப் பார்க்கத் திராணியற்று வேகமாக வீட்டிற்குள் போனாள் மோகனாள். அந்த வீட்டின் ஒரு மூலையில் போய் ஒடுங்கியபடி அழத் தொடங்கினாள் அவள்.

கொஞ்ச நேரத்திற்கெல்லாம் அம்மா உள்ளே வருவது தெரிந்தது.

மோகனாளின் அருகில் வந்து உட்கார்ந்ததும், அவளின் தொடைகளைப் பிடித்துத் திருகினாள் அம்மா.

“உன்ன அடிச்சே கொல்லச் சொல்றேன் இரு. எவ்ளோ நெஞ்சழுத்தமும், கொழுப்பும் இருந்தா இப்படி செஞ்சிருப்ப.”

மோகனாள் அழுவதை நிறுத்திவிட்டு, அம்மாவை நுணுக்கமாகப் பார்த்தாள். அவளுக்குப் பயத்தில் அடிவயிற்றில் நீர் மூட்டியது போல வலியெடுத்தது.

“இதுதானே அந்த நாயி கட்டின தாலி. இத கழற்றிப் போட்டுட்டு மரியாதையா எங்கூட வந்துரு.”

மோகனாளின் கழுத்தில் இருந்த தாலியை மூர்க்கமுடன் அறுத்தாள் அம்மா. மோகனாள் அதை இறுகப் பற்றிக்கொண்டு உடலை மடித்து ஒடுங்கினாள்.

“இரு வர்றேன்.”

எழுந்து போகும் அம்மாவையே பார்த்துக்கொண்டிருந்தாள் அவள்.

கொஞ்ச நேரத்திற்கெல்லாம் அவர்கள் கிளம்பிவிட்டார்கள். கடுகடுத்தக் குரலில் அப்பா பேசுவது தெளிவாகக் கேட்டது அவளுக்கு.

“எப்பிடியோ எம்பொண்ண மயக்கி உங்க பையன் கூட்டிட்டு வந்திருக்கிறான். அவள என்ன செஞ்சிங்களோ. அவளும் வரமாட்டேன்றா. உங்க வீட்டுல இப்பிடி நடந்தா உட்டுடுவீங்களா? சரி இருக்கட்டும். அவ செத்துட்டதா நாங்க நினைச்சிக்கிறோம்.”

“ஏங்க பெரிய வார்த்தையெல்லாம் பேசறீங்க. நாங்களும் புள்ளைங்கள பெத்தவங்கதான். அந்த வேதனை என்னான்னு எங்களுக்கும் தெரியும். ஏதோ சின்னபுள்ளைங்க தவறிடுச்சிங்க. நாமதான் பெரிய மனசு பண்ணி வாழ வைக்கணும். நீங்க கவலப்படற மாதிரி ஒன்னுமில்ல. அது இனிமே எங்க பொண்ணு.”

செவத்தான் நிதானமாகச் சொல்லிக்கொண்டு இருந்தான்.

“நீங்க இப்ப அப்பிடிதான் பேசுவீங்க.”

அப்பாவும் அம்மாவும் வேகமாக எழுந்து வெளியேறுவதை முன்வாசல் வழியே மோகனாளால் பார்க்க முடிந்தது.

## 8

நடுஇரவில் காவல்துறையின் வண்டியொன்று ஊருக்குள் வந்தது. நடுத்தெருவின் மின்விளக்கு வெளிச்சத்தில் பதிவிருக்கும் விலங்கு போல நின்றது அது. உள்ளே இரண்டு காவலர்கள் மட்டும் இருந்தனர். ஓட்டுநர் இறங்காமல் அப்படியே உட்கார்ந்துகொண்டிருந்தான். அதிகாரிபோல தெரிந்த ஒருவன் காவலரை நாட்டாண்மை வீட்டுக்குப் போகச் சொன்னான். தூக்கக் கலக்கத்துடன் வேட்டியை இடுப்பில் சுருணையாக முடிந்தபடி வந்து நின்றார் நாட்டாண்மை.

“என்னாயா. உங்க ஊரு பையனுங்களுக்கு பொண்ணுங்கள கடத்திட்டு வர்றதுதான் வேலயா? எங்க வெச்சிருக்கீங்க பொண்ண. ஒழுங்கா அனுப்பிடுங்க. இல்ல கேசு போட்டு நாறடிச்சிடுவேன்.”

“அப்பபடியெதுவும் இல்லிங்கய்யா. பொண்ணும் பையனும் கல்யாண வயச தாண்டினவங்க. ஒருத்தர ஒருத்தர் விரும்பிதான் வந்திருக்காங்க. இந்த ராத்திரியில என்னாத்துக்கு அய்யாவுக்கு சிரமம். காத்தால நானே டேசனுக்கு வர்றேன்.”

“டேய் எட்டி ஒதச்சன்னா மூஞ்சி பேந்துரும். ராத்திரியில வரக்கூடாதா? ஜாதிக்காரம் பொண்ண எவ்ளோ தைரியம் இருந்தா ஒரு பறத்தாயோளி கூட்டுட்டு வருவான். கேசு எளுதி ஒவ்வொருத்தன் தாலியையும் அறுத்துடுவேன்.”

ஆய்வாளன் சத்தம் போட்டு இறைந்தான். அவனின் தொந்தி குலுங்கியது. மீசையை நீவிக்கொண்டு காவலனிடம் சொன்னான்.

“அந்தப் பையனோட அப்பன கூட்டியாயா. உனுக்கு வேற ஒன்னொன்னா நொட்டனும்.”

ஊர் சனங்களில் சிலர் கூடிவிட்டிருந்தார்கள். கைலியை இறுக்கக் கட்டியபடி வெற்றுடம்புடன் வந்து நின்றான் செவத்தான். அவன் பின்னாலேயே பவுனும் வந்து நின்றிருந்தாள்.

“டேய் நீதான் அந்தத் தறுதலப் புள்ளய பெத்தவனா? உம் மகன் இழுத்துனு வரத்துக்கு ஊரான் பொண்ணுதான் கேக்குதா? ஏன் உங்கூட்டுலியே யாரையாவது பாத்து உடறது.”

செவத்தானுக்கு ஆத்திரம் உச்சிக்கு ஏறியது.

“சார் வித்தியாசமாவெல்லாம் பேசாதீங்க. அவனுக்கு மனசுக்கு புடிச்ச பொண்ண கூட்டினு வந்துட்டான். பொண்ணு கல்யாண வயச தாண்டந்து உன்னும் சொல்லப் போனா நீங்களே அவங்க கல்யாணத்த நடத்தி வெக்கிறதுதான் மொற, பொண்ணு ஊட்டாரு பேச்சைக் கேட்டுனு இங்க பேச வேணாம்.”

அங்கு திடுமென ஒரு மௌனம் கவிந்தது. ஆய்வாளன் கூர்மையாகச் செவத்தானைப் பார்த்தான்.

“சட்டம் பேசறியா? சரி. அவங்கள எங்க ஒளிச்சி வச்சிருக்கிற,”

“அவங்க இங்க இல்ல. எங்க போனாங்கன்னும் தெரியில.”

ஆய்வாளன் மிகுந்த எரிச்சலுடன் முறைத்துப் பார்த்தான்.

“ஏய் உனுக்கு தெரியுந்தான? நீ சொல்லு.”

பவுனைப் பார்த்துக் கத்தினான் அவன். அவள் தெரியாது என்று தலையசைத்தாள். அந்தச் சூழலை லகுவாக்கும்படி சிரிப்பு அரும்பியது அவளுக்கு.

“என்னா தேவுடியா மாதிரி சிரிக்கிற.”

“சார் கொஞ்சம் மரியாதையா பேசுங்க.”

செவத்தான் கூச்சலிட்டான்.

“மரியாதையா? ஸ்டேஷனுக்கு வா நா தர்றேன். யோவ் அவனை வண்டியில ஏத்துயா?”

காவலனிடம் சொல்லிவிட்டு வண்டியை எடுக்கச் சொன்னான். காவலன் செவத்தானை நெட்டித்தள்ளி வண்டியில் ஏற்றினான்.

“சார், சட்ட போட்டுனு வந்துடறேன்.” “இவுரு பெரீய்ய கலக்டரு, சட்ட இல்லாம வரமாட்டாரு. ஏறுய்யா அப்பிடியே.”

காவலன் முரட்டுத்தனமாய்த் தள்ளியதில் வண்டியின் உள்ளே விழுந்தான் செவத்தான். ஊராரில் யாரோ ஒருவர் சட்டையைக் கழற்றி வண்டியின் உள்ளே சுருணையாக எறிந்தார். நாட்டாண்மையும் செவத்தானோடு ஏறிக்கொண்டார்.

செவத்தானையும் நாட்டாண்மையையும் கிளைச் சிறையில் வைத்த இரண்டு நாளுக்குப் பிறகு அவர்களை மீட்டு வருவதற்கு ஊரிலிருந்து சிலர் போனார்கள். இரண்டு பேர் மீதும் திருட்டு வழக்குப் போட்டிருந்தார்கள். எல்லாம் என்னால்தானே வந்தது என்று அழுதுகொண்டிருந்தாள் மோகனாள்.

“அந்த போலீசுகார தூரமைங்க பண்ணதுக்கு நீ என்னா எம்மா செய்வ? கம்முன்னிரு.”

ஆறுதல் சொல்லிக்கொண்டிருந்தாள் பவுனு.

செவத்தானையும் நாட்டாண்மையையும் பிணையில் எடுத்துக்கொண்டு வந்து சேர்த்தது ஊர்ச்சனம். அப்பனைப் பார்த்ததும் கலங்கினான் கார்மேகம். மோகனாள் திண்ணையில் ஒண்டியபடி அழுதுகொண்டு நின்றாள்.

“டேய் எப்பா. நீ ஏன்டா பதர்ற? அந்தப் புள்ளயப் பாரு, நாம் யாரு என்னான்னு தெரிஞ்சா உங்கூட வந்துச்சி? அதனோட மனசுக்கு முன்னாடி இது சாதாரணம். தலைக்கு வந்தது தலப்பாயோட போச்சின்னு நினைச்சிக்கேன்.”

மோகனாள் தன் மாமனை மிகுந்த பிரியத்தோடு பார்த்தாள்.

## 9

**வ**யல் முழுக்க ஓடித்திரியும் குழந்தையின் பின்னாகவே ஓடிக்கொண்டிருந்தாள் மோகனாள். குழந்தையின் கைகளில் உன்னிப் பூங்கொத்து ஒன்று இருந்தது. அந்தக் கொத்திலிருந்து பூக்கள் உதிர்ந்த வண்ணம் இருந்தன. கார்மேகம் ஆவாரம் பூக்களை உதிராமல் பிய்த்துக்கொண்டிருந்தான். ஒரு நல்ல கொத்து கிடைத்ததும் உடைத்துக்கொண்டு வந்து வரப்பின்மேல் அமர்ந்துகொண்டான். மோகனாள் மகளை மடியில் இருத்திக்கொண்டு அவன் அருகில் உட்கார்ந்துகொண்டாள்.

விளையாத வயல் முழுக்கத் தும்பையும், புற்களும் முளைத்து மண்டியிருந்தன. கிணறு காய்ந்து போனதால் அதை அப்படியே போட்டிருந்தான் செவத்தான்.

ஆற்றோரமாக இருந்தாலும் தண்ணீர் இல்லை. இருக்கிற கோவணத்துண்டு நிலத்தைக்கூட வெள்ளாமை வைக்க முடியாததுக்கம் எப்போதும் உண்டு அவனுக்கு. தன் எதிரில் வந்த வண்ணத்துப் பூச்சிகள் சிலதைக் காட்டிச் சிரித்தது குழந்தை. அதை இறக்கிவிட்டுக் கூடவே போனாள் மோகனாள்.

“பாத்து கையெப் புடிச்சிக்க. கீழ எதாவது இருக்கப்போது. தூக்கிக்க.”

கார்மேகம் அழுத்தமாய்ச் சொல்லியபடி, எழுந்துபோய் கிணற்று மேட்டுப் புல்படுகையில் சாய்ந்துகொண்டான். தெளிவான வானம் பறவைகளுடன் தெரிந்தது. தூரத்து மலைத் தொடரில் சில பாறைகள் வினோதமாகத் தோற்றம் தந்தன.

அந்த நிலத்தில் ஏதாவது மரங்களை நட்டுவிட்டுப் பார்த்துக்கொள்ள வேண்டும் என்று நினைத்துக்கொண்டிருந்தான் அவன். அதற்கான ஏது எதுவுமில்லை அவனிடம். சினேகிதர்கள் சொன்ன வங்கிகளுக்கெல்லாம் போய் சலித்துவிட்டது. ஒர் இடத்தில் மட்டும் கொஞ்சம் நம்பிக்கை இருப்பதுபோல் தோன்றியது. அங்கும் எப்போது கடன் கிடைக்குமெனச் சொல்ல முடியாது.

ஆம்பூரிலிருந்து வந்த பிறகு பல நாட்களுக்கு வேலையற்றுதான் இருந்தான் அவன். வீட்டில் பார்த்துக்கொண்டார்கள். குழந்தை ஒன்று ஆன பிறகு சில இடங்களுக்குப் போனான் கார்மேகம். செவத்தான் தான் கடைசியில் இப்போது பார்க்கிற வேலையையும் அவனுக்கென்று கேட்டு வந்தான்.

“டேய் எப்பா. நம்ம பக்கத்து நெலத்து நாக்கிரு தண்ணி வண்டி ஓட்ட ஆளு வேணும்னு கேட்டாரு. நான் உன்ன சொல்லியிருக்கிறேன். அந்த டிரைவரோட நீ போயி வா.”

திரும்பவும் தண்ணீர் விற்கும் வேலை தன்னிடம் வந்து சேர்ந்தது அவனுக்கு வினோதமாக இருந்தது. எங்கு விழுந்தாலும் தண்ணீர் ஓடிவந்து கால்களைச் சூழ்கிறது. தன் ஊரிலும் இப்போது தண்ணீர் விற்கும்படி நிலைமை ஆனது ஆச்சர்யமாக இருந்தது. தண்ணீர் எங்கே போனது? யார் அதைத் திருடிக் கொண்டார்கள்? என்று குழம்பினான்.

தினமும் காலையில் கிளம்பவேண்டும். நாயுடுவின் நிலத்தில் பெரிய கிணறு ஒன்று சாலையைப் பார்த்த மாதிரி இருக்கும். தண்ணீர் வண்டிகள் அங்கு வரும். பெரிய குழாய்களைப் பொருத்தி நீரை நிரப்பியதும் நகரம் நோக்கிக் கிளம்பும். உணவகங்கள், பள்ளிகள், தொழிற்சாலைகள் எனச் சுற்றும் அவை. திருமணங்கள் மூலம்தான் இன்னும் வருமானம், நிலங்களை அழித்து எழும் கட்டிடங்களுக்கும் நீர் ஊற்றுவது இந்த வண்டிகள்தான். காலையும் மாலையும் ஓய்வில்லாமல் நீரை உறிஞ்சி எடுக்கின்றன வண்டிகள். நாயுடு தினமும் காலையில் வந்து கிணற்றருகில் நின்றுவிட்டார் எனில் மண்ணில் இருந்து

ரத்தம் கசியும் வரை உறிஞ்சுவதை விட மாட்டார். வேலையாட்களை அரட்டி உருட்டுவார். அதிகம் நீர் உறிஞ்சுவதற்கென்று சக்தி வாய்ந்த எந்திரத்தைத் தன் கிணற்றில் பொருத்தி இருந்தார் அவர்.

மோகனாளை அழைத்துக்கொண்டு வந்தபோது அவளைத் தவிர வேறு எதுவும் அவனுக்கு நினைவில் இல்லை. அவன் மனம் முழுக்க நிறைந்திருந்தாள். காலையின் நிர்மலமான பொழுதாய் விடிந்து, பொன்னிற மாலையாய் அமர்ந்தாள். அவளே அவன் திசைகளையும், இயக்கத்தையும் தீர்மானிக்கிறவளாக இருந்தாள். பிறகுதான் அவன் மெல்ல உணர்ந்து கொண்டான். அவளுக்கு வயிறு இருக்கிறது என்பதையும், விருப்பங்கள் இருக்கின்றன என்பதையும்.

அவனுக்கும் அவளுக்குமான பிரியத்துக்குரிய விருப்பங்களை அவன் எப்படித்தான் நிறைவேற்ற முடியும்? அப்பாவிடம் போய் நிற்க வேண்டுமா அதற்கும்? குமைந்தான் கார்மேகம். தனக்குத் தெரிந்த பணிகளையெல்லாம் எண்ணிப் பார்த்தான். காடேறுவான். காடேறினால் விறகு விற்கலாம். விவசாய வேலைகளைச் செய்ய முடியும். மண்வெட்டியைப் பிடிப்பதில் நுட்பம் அறிந்தவன். ஆயுதத்தைச் சுழற்றுவது போல அதைக் கவனமாய் பிரயோகிப்பான். வேறென்ன தெரியும். இரண்டுக்கும் வழியில்லை. காடேற முடியாது. வனக்காவலர்களின் கெடுபிடி அதிகமாகிவிட்டது. நீர் இல்லை. வேளாண்மை பொய்த்தது. தன் அன்புக்குரியவளைப் பட்டினியாக விடுவதைப் போன்றதொரு துயரம் உலகில் உண்டா?

ஊரில் தொடங்கப்பட்ட புதிய காலணித் தொழிற்சாலைக்கு அவன் போகத் தொடங்கினான். வேலைக்குப் போன முதல்நாள் நடந்த ஏற்பாடுகளைப் பார்த்து மோகனாள் சிரித்தாள்.

"கம்பெனி எதிரில வந்து நிக்கவா?"

சொல்லிவிட்டு குலுங்கிச் சிரித்தாள்.

"இன்னொரு முறை நான் உன்ன இழுத்திட்டு போகவா முடியும்?"

கார்மேகம் சில மாதங்கள் போனான். பிறகு அவனால் அங்கிருக்க முடியவில்லை. பெண் ஆட்கள் என்றால்தான் கேட்கிறார்கள். எனக்கு வேலையில்லை என்று வந்துவிட்டான்.

"நான் போகட்டுமா?" என்றாள்.
"நான் எதுக்கு அப்ப?" என்றான் அவன்.

அழகிய பெரியவன் குறுநாவல்கள் ▶ 137

கடையொன்றில் விற்பனையாளனாகவும் போனான். ஊராட்சி ஒன்றிய அலுவலகத்தில் கொஞ்சநாள் தற்காலிக எழுத்தராய் வேலை பார்த்தான். அவனால் அங்கும் இருக்க முடியவில்லை. இப்படியே ஓரிடத்தில் தங்காமல் அவன் காலம் போனது. கடைசியாக அவன் தண்ணீர் விற்கும் தொழிலை வந்தடைந்தபோது, தனக்கு ஏற்றது இதுதானோ என்று தோன்றியது. தண்ணீர் விற்பதைப் பிடிக்காத ஒருவன் அத்தொழிலில் இருப்பது எத்தனை வினோத முரண் என்று நினைத்தான். அவனுக்குக் கிணற்றண்டையில் நிற்கையில் நீர் இறைக்கும் எந்திரம் சப்தம் எழுப்புவது கதறலாகக் கேட்கும்.

இப்போது ஊரில் மூன்று நிலத்துக்காரரர்கள் தண்ணீர் ஓட்டுகிறார்கள். இவர்களின் வேகம் அதனால் இன்னும் மூர்க்கமாகி விட்டது. நாயுடு கார்மேகத்தையும் தண்ணீர் வண்டியை ஓட்டுகிறவனையும் அதட்டி வேலை வாங்குவான். வெறுமனேயே, ஆகட்டும் ஆகட்டும் என்பான். இறைந்து சப்தம் எழுப்புவான்.

தண்ணீர் கேட்கிறவர்களின் இடத்துக்குப் போனதும் கார்மேகம் வேகமாக வண்டியிலிருந்து இறங்கிப் பின்னால் ஓடுவான். உலோகப் பீப்பாயின் பின்புறம் ரப்பர் குழாயைப் பொருத்த வசதி உண்டு. அங்கு சுருட்டி வைக்கப்பட்டுள்ள ரப்பர் குழாயை எடுத்துப் பொருத்திவிட்டு, வாடிக்கையாளர் சொல்லும் தொட்டிகளில் நிரப்பிவிடுவான் நீரை. சில நேரங்களில் ரப்பர் குழாயைப் பொருத்தாமலேயே நேரடியாகவே பெண்கள் தண்ணீர் பிடித்துக்கொள்ள குழாயின் திருகலைத் தளர்த்தி விடுவான்.

ஒருநாள் நாயுடு அவனைத் தனியே அழைத்துச் சொன்னார். "டேய் காரு. எப்பிடிடா போது நம்ம தொழிலு."

"அதுக்கென்னா குறை."

"இருக்குடா. உனுக்குத் தெரிஞ்சது அவ்ளோதான். பக்கத்துப் பக்கத்து நெலத்துக்காரனுங்களும் டிராக்டர் வாங்கிட்டானுங்க. நம்பள போலவே தண்ணி ஓட்டறானுங்க. பத்தாததுக்கு ராத்திரிலேயே கூட ஓட்டறாங்கடா. பம்செட்டு ஓடனது ஓடனதுதான்."

"நம்ம பார்ட்டிங்க நெறய பேரு இப்ப அவங்ககிட்ட தான் தண்ணிய வாங்கறாங்க. ருசி நல்லாருக்காம். நம்மய விடவும் பத்து இருவது கம்மியாம்."

"டேய் அதெல்லாம் அவந் தந்திரம். அது எங்கிட்ட பலிக்காது."

நாயுடு குரலைத் தாழ்த்திச் சொன்னான்.

"நம்ம ஊரு பக்கம் யாராவது செய்வின வெக்கிறவங்க இருக்கிறாங்களா பாரு. எவ்வேளா செலவானாலும் பரவாயில்லை. காதும் காதும் வச்சமாதிரி வேலய முடிக்கணும். ஒரு சொட்டுத் தண்ணி ஊறக்கூடாது அவனுங்க கெணத்துல. அப்புறம் பாக்கிறன் அவனுங்க ஆட்டத்தெ."

கார்மேகத்துக்குப் பல நாட்களாக மனம் உளைந்தது. நீர் ஊற்றின் கண்களை அடைப்பதற்கு விரும்பும் மனம் பிறழ்ந்தது என்று நினைத்தான்.

"என்ன யோசன?" என்றாள் மோகனாள்.

மாலை வெயில் தெளிவாக இருந்தது. அதன் துலக்கம் தாவரங்களை ஓவியம் போல அழகில் உறையச் செய்தது. குழந்தை அவன் மீது தவழ்ந்து ஏறியது. அதைத் தூக்கி மார்பின் மேல் உட்கார்த்திக் கொஞ்சினான் கார்மேகம்.

"ஒன்னுமில்ல. நாயுடு சொன்னத நெனச்சிக்கிட்டேன். அந்தாளு ஓயாம கேட்டு தொல்ல செய்யறான்."

"அவருக்குத்தான் புத்தியில்ல. கெணத்து ஊத்த போயி யாரால அடைக்க முடியும். அவருதான் சொல்றாருன்னா நீங்க போட்டு ஒளயறீங்களே. என்னால முடியாதுன்னு சொல்லிருங்க."

அவர்கள் பார்த்துக்கொண்டிருக்கும்போதே மஞ்சள் வெயில் தணிந்து வெளுத்தது. தலைக்கு மேலே பறவைகள் பறந்து போயின. அவர்கள் வீட்டுக்குக் கிளம்பினார்கள். இரவு அவர்கள் பேசிக் கொண்டிருந்தபோது வானம் இடிப்பது கேட்டது.

"என்ன மழயா. என்ன திடீர்னு?" என்றான் கார்மேகம் மோகனாளிடம்.

மழை வாசத்துடன் அவர்கள் நெருக்கிப் படுத்தார்கள். காலையில் சீக்கிரமே எழுந்த கார்மேகம் நிலத்துக்காய் போய் விட்டு ஆத்திரம் ஆத்திரமாக ஓடிவந்தான். வீட்டுள் நுழைந்தபடியே கத்தினான்.

"மோகனா, ராத்திரி பலத்த மழ போலருக்கு. ஆத்துல தண்ணி கரபெரளுது. நம்ம கெணத்துல தட்டாங்கா தண்ணி ரொம்பியிருக்கு."

மோகனாளின் தோளைப் பிடித்து அழுத்தி, இறகுகளின் வரிகளைப் போல் நுண்மையாய்ப் பிளந்திருக்கும் அவளின் உதடுகளில் அழுத்தமாய் முத்தமிட்டான்.

அவன் படபடப்புடன் இருந்தான். மிகையுணர்வினால் ஆக்கிரமிக்கப்பட்டிருப்பது போலத் தெரிந்தது. அவனிடமிருந்து கிடைத்த திடீர் முத்தத்தை ஏற்றுக்கொண்டே சொன்னாள்.

"அப்பிடியா, நான் ராத்திரியே நெனச்சேன்."

சிரித்தாள் அவள்.

நீரின் பெருந்துள்ளலை அவள் சிரிப்பில் கேட்க முடிந்தது அவனால்.

சனவரி, 2008

# கானலில் தவித்திடும் குரல்

தன்னெதிரில் இருக்கும் இருள் நிரம்பிய குழியை, சிறிது நேரத்திற்கு உற்றுப் பார்த்துக்கொண்டு நின்றான் திருநாவுக்கரசு. அப்போது அவனுக்கது கண்ணுக்கெட்டிய தூரத்துக்கு செடி செட்டுகள் ஏதுமற்ற கரம்பு வெளியின் நடுவில் விழித்திருக்கும் ஒற்றைக் கண் போலவே தோன்றியது. திடீரெனத் தன் உடலை எக்கி பெருங்கூச்சல் போட்டுக்கொண்டு அதில் குதித்தான். தண்ணீரைப் பிளந்துகொண்டு அவன் உள்ளிறங்கும் சப்தம் பெரிய இடிச்சத்தம் ஒன்றைப் போல் வானம் வரை கேட்டது. நீர்த்துண்டுகள் எழும்பிச் சிதறிக் கிணற்றின் வட்டச் சுவரில் மோதி வழிந்தன. திருநாவுக்கரசின் பின்னாலேயே, அவனின் கூட்டாளிகளும் கூச்சல் போட்டுக்கொண்டு கிணற்றுக்குள் குதித்தனர்.

கிச்சுக்கிச்சு மூட்ட சிரிக்கும் குழந்தையைப் போல் கெக்கலியிட்டுத் தளும்பியது கிணற்றுநீர். திருநாவுக்கரசு தண்ணீரின் மேற்பரப்பை வெறிகொண்டு தட்டிச் சிரித்தான். உலோகங்கள் மோதிக் கொள்வது போல் அடர்ந்த ஒலியொன்று கனமாகக் கேட்டது. ஒருவர் மீது ஒருவர் தண்ணீரை இறைத்துக் கொண்டனர். ஒருவன் வாய் நிறைய நீரை உறிஞ்சி கற்றையாகக் கிணற்றுச் சுவரில் பீய்ச்சினான். பாதியளவுக்கு அரித்துப் போயிருந்த செங்கல்களிலிருந்து நொய்மையாய் செம்மண் தூசி உதிர்ந்து மிதந்தது.

“உப்புத்தண்ணிக்கு செங்கேல் அரிச்சி, கெளறே குமிங்கிடும் போலக்கீது தொரசாமி தோப்புல. நம்மப் பையன அங்ககிங்க போயி குதிக்கமானான்னு சொல்லுமே. எல்லாம் சாப்பு கெமிக்கலு. சும்மாயில்லே!”

அப்பா சொல்வதைக் கேட்ட நினைவு வந்து மறைந்தது. திருநாவுக்கரசு அண்ணாந்து பார்த்தான். வானம் ரொம்பவும் உயரத்தில், சுண்டிவிட்ட வெள்ளி நாணயம் போலத் தெரிந்தது. கிணற்றைச் சுற்றியிருந்த தென்னைகளின் ஓலைகள் பந்தலிட்டு ஆடின. ஒரு பக்கத்தில் குறுக்கும் நெடுக்குமாகக் கிடந்த ஓலைக் கீற்றுகளின் இடையிடையே தெரிந்த வானத்தின் வெண்ணிறக் கோடுகள், கணக்கு வாத்தியார் கோபத்தில் கிறுக்கி எறியும் அவனின் வீட்டுப்பாட

நோட்டை நினைவுபடுத்தின. கிணற்றுச் சுவரில் கைக்கெட்டும் உயரத்தில் வளர்ந்திருந்த அரச மரத்தின் இளந்தண்டை ஒருவன் பிடித்துக்கொண்டு தொங்கினான். கால்களால் தண்ணீரை உதைத்து அளைந்தான் அவன். திருநாவுக்கரசுவும் மற்றவர்களும் நீந்திச் சென்று அவனின் கால்சட்டையை உருவினார்கள். அவன் நெளிந்துகொண்டே தண்ணீரில் விழுந்தான். சிரிப்பொலி நீரலையென எழுந்தது.

"போடாங்கொம்மாள. பென்சில் திருடா."

கால் சட்டை கழன்றவன் திட்டினான். "மேலவாடி. உன்னப் பாத்துக்கிறேன்."

திருநாவுக்கரசு அவனைக் கிணற்றுச் சுவருக்கு நெட்டித் தள்ளிக்கொண்டுப்போய் சொன்னான்.

"டேய் திரு, இவன் தண்ணிலயே மூத்திரம் உட்டுட்டான்டா."

ஒருவன் சொன்னதும் எல்லோரும் கூட்டாகச் சிரித்தனர். சிலர் அவன் மீது தண்ணீரை அள்ளி இறைத்தனர். அவன் அழுது கொண்டே, கல்படிகளில் வேகமாக மேலே ஏறினான்.

"இருங்கிடி. நாம்போயி எங்கம்மாவ கூட்டினு வர்றேன்."

அவனுக்குப் பின்னாலேயே எல்லோரும் ஏறினார்கள்.

கிணற்றின் வட்டச்சுவரைத் தாண்டிக் குதித்து, தண்ணீர்த் தொட்டியருகில் நின்றபோது குளிரெடுத்தது. காக்கி கால்ச்சட்டைகளிலிருந்து நீர் ஒழுகி வழிந்தது. கோந்துபோட்டு ஒட்டியது போலிருந்தது எல்லார் தலைமுடியும். உடம்பிலுள்ள முடியெல்லாம் தோலோடு ஒட்டியிருந்தன. மொழுமொழு வென்றிருந்தன அவர்களின் உடல்கள். திருநாவுக்கரசுவிற்கு இரு காதுகளிலும் தண்ணீர் புகுந்து அடைத்துக்கொண்டதால் முகம் இரும்புபோல அதிர்வதாக உணர்ந்தான். மூக்கில் நீர் ஏறி உள்தொண்டை கருகருவென்று இருந்தது. ஒருவகையான புளிப்புச் சுவையை உணர்ந்தான். அருகிலிருந்த ஒருவன் காதில் விரலை நுழைத்து வேகமாக ஆட்டி தலையைச் சிலுப்பினான். இன்னும் கொஞ்ச நேரம் கிணற்றில் ஆடியிருக்கலாமே என்று நினைத்தான் திருநாவுக்கரசு.

நேற்றுதான் பள்ளிக்கூடம் மூடியது. திருநாவுக்கரசு ஊருக்கு நடுவில் இருக்கிற பள்ளிக்கூடத்தில் ஆறாவது படித்தான். ஊரைச் சுற்றியும், ஆற்றுக்கு அந்தப் பக்கமும் கண்ணுக்கெட்டிய தொலைவு வரை பரவிக் கிடந்த

தென்னந்தோப்புகளில் நிறைய கிணறுகள் உண்டு. வெயில் காலத்தின் சூட்டைத் தாளாத பிள்ளைகள் சாப்பாட்டுக்கு விட்ட நேரத்தில் கிணற்றில் குதிப்பார்கள். ஒன்றுகிடக்க ஒன்று ஆகிவிட்டால், பெற்றவர்கள் வந்து சண்டை பிடிப்பார்கள் எனப் பயந்த வாத்தியார்கள் கிணற்றுப் பக்கமே போகக்கூடாது என்று பையன்களைக் கண்டித்திருந்தனர். ஒன்றிரண்டு சமயங்களில் கிணற்றில் குதித்ததாக ஆள்காட்டிப் பையன்கள் பிடித்துக்கொண்டு வந்த சில பொடியன்களைச் சம்பத் வாத்தியார் சூத்தாமட்டை வீங்குமளவு விளாசினார். அதைப் பார்த்ததிலிருந்து திருநாவுக்கரசுவும், அவனின் கூட்டாளிகளும் கிணற்றுப் பக்கமே போகவில்லை. ஆற்றுப்பக்கம் ஒதுங்கிவிட்டுக் கால்கழுவும் போதும்கூட வாத்தியாரின் அடி ஞாபகம் வருவதால் பயந்தே கிடந்தனர். இன்றைக்காவது எந்தப் பயமுமின்றி கிணற்றில் ஆடலாம் என்று நினைத்திருந்தான் திருநாவுக்கரசு. கூட்டாளிகள் வினை வைத்தனர்.

“டியேய். போங்கடி எல்லாரும்! சும்மாயிருக்க வேண்டியது தானேடி! இப்ப அவன் அவங்கம்மாவக் கூட்டினு வந்துட்டா?”

இருந்தபடியே இருந்து சத்தம் போட்டான் திருநாவுக்கரசு. இந்த நேரம் பார்த்துதான் அவன் அம்மாவின் சத்தம் கேட்டது. அவள் எப்போதுமே ‘திரு’ என்று அழுத்தந்திருத்தமாகக் கூப்பிடுவாள். அது காகிதத்தை முகத்துக்கு நேராய்ப்பிடித்து கிழிப்பதைப்போலிருக்கும். அவள் ரொம்பவும் கோபப்படுவாள். உடனே போக வில்லையென்றால் கையில் கிடைப்பதை எடுத்து அடித்துவிடுவாள்.

“டேய், இருங்கடா வாறேன்.”

திருநாவுக்கரசு வீட்டைப் பார்த்து ஓடினான்.

## 2

திருநாவுக்கரசு தலையைக் கலைத்துக்கொண்டான். மினுமினுப்பேறியிருக்கும் முகத்தையும், கைகால்களையும் அவசர அவசரமாகத் தேய்த்துவிட்டுக்கொண்டான். தரையில் உள்ளங்கையைத் தொட்டு அரக்கி தெள்ளுப்புழுதியைக் கைகால் முழுவதும் பூசிக் கொள்ளலாம் போலவும் இருந்தது அவனுக்கு. கிணற்றில் குதித்துவிட்டு வந்ததைக் கண்டுபிடித்துவிட்டால், அம்மா உயிரையே

எடுத்துவிடுவாள். அவள் நல்ல கருப்பு. கோபத்தில் கத்தினால் அவளின் மூக்கு விரியும். அப்போது வினோதமான உருவத்தில் தெரிவாள்.

பம்மிக்கொண்டு வீட்டில் நுழைந்தபோது, துடைப்பக்கட்டையில் அடி விழுந்தது. நாக்கைக் கடித்துக்கொண்டு, கண்களை விரித்த படி, தென்னை ஈர்க்குத் துடைப்பத்தின் அடிப்பகுதியை வாகாய்ப் பிடித்தபடி திருநாவுக்கரசை அடித்தாள் பவளம்.

அடி லேசாகப் பட்டாலும், பயம் தொற்றிக்கொண்டது. ஓடிப் போய் பாட்டியின் பின்னால் ஒட்டிக்கொண்டான் திருநாவுக்கரசு. துருகத்தாள் தென்னைமட்டைகளை அடுப்பில் நுளத்தி ஆவிபோக ஊதிக்கொண்டிருந்தாள்.

"அடச்சீ இது என்னாடியெம்மா பேரெழவு. இப்ப என்னாத்துக்குடி, போட்டு இப்படி புள்ளிங்கள அடிக்கிற?"

பவளம் நெருங்குவதைப் பார்த்து, துருகத்தாளை மேலும் இறுக்கினான் திருநாவுக்கரசு.

"ஆயா..."

அவனுக்கு அழுகை வரவில்லையென்றாலும் சத்தம் போட்டு பொய்யழுகை அழுதான்.

"எனுக்கு வாச்சவனும் செரியில்ல, வந்ததுங்களும் செரியில்ல. ஒரு வேலக்கிப் போகத் துப்புத்தெறமில்லாம அவென் தோப்புத் தோப்பா சுத்தறான். இது, எங்க கெணருங்கெடைக்குமோன்னு அலையிது."

பவளம் அருகில் வந்து துடைப்பத்தை ஓங்கினாள்.

"அட... போ கடசியா. புள்ளையப் போயி அடிச்சினு."

என்று மகளை விலக்கினாள் துருகத்தாள்.

*ஏன்டா, சாப்புத் தண்ணி அரிச்சி, அந்தக் கெணருங்கதான் குமுங்கிறமாதிரி கீதாமே. நீ என்னாத்துக்குடா அங்க போயி குதிக்கிற? கையி கால அடக்கினு ஒரு எடத்துல கீறதுல்ல? எவ்ளோனாலும் இங்க ஊருக்குள்ளயே பசங்ககூட வெளாடு சாமி."

பவளம் பேயடித்ததுபோல உட்கார்ந்துகொண்டிருந்தாள். அவள் முகம் இருண்டிருந்தது. திருநாவுக்கரசு அம்மாவையே பார்த்தான். இப்போது மேலும்

பயமாகத் தெரிந்தாள். நேற்று இரவு நெடுநேரத்துக்கு அம்மாவும், அப்பாவும் சண்டைப் போட்டுக் கொண்டிருந்தது அவனுக்குத் தெரியும். நேற்றும் அப்பன் போதையில் இருந்தான். சாப்பாட்டுக்குக் காசில்லை. வீட்டில் ஒன்றுமில்லை. எதுவும் செய்ய முடியவில்லை எனச் சொல்லித் தலையில் அடித்துக்கொண்டு அழுதாள் பவளம். அம்மாவை அப்போது பார்க்கத் துக்கமாக வந்தது. அப்பன் எந்த வேலைக்கும் போவதில்லை என்று அவனுக்குத் தெரியும். ஆனால், சாயந்திரம் வீட்டுக்கு வரும்போது மட்டும் குடித்துவிட்டு வந்துவிடுகிறான். அவன், சாராய வாடையோடு, சில நேரங்களில் அவனை இழுத்து உச்சி முகரும்போது வாந்தி வருவது போலிருக்கும்.

நடுத்தெரு சின்னராசு தினத்துக்கும் இரண்டு ரூபாய் எடுத்து வருகிறான். ஒன்றுக்கு விடும்போது எல்லார் முன்னாலும் வாங்கித் தின்கிறான். அம்மாவிடம் கேட்டால்,

"உங்கப்பன் வெட்டி முறிச்சினு வந்து போடறதுக்கு, நொறுவாக்கு வேற குடுக்கனுமா?" என்கிறாள்.

போனவாரம், அவனின் பின்புறம் கிழிந்த கால்சட்டையைப் பார்த்துவிட்டு "இருங்கடா காக்கி உடுப்பை நம்ம பள்ளிக் கூடத்துல கீற எல்லாருக்கும் யாருக்கிட்டயான இலவசமா வாங்கித் தர்றேன்" என்று சொல்லிக்கொண்டிருந்தார் பரந்தாமன் ஆசிரியர். அவர் பரிதாபமாகப் பார்த்தது அவனுக்கு அவமானமாக இருந்தது. எல்லாவற்றுக்கும் அப்பா வேலைக்குப் போகாததுதான் காரணம் என்று திருநாவுக்கரசு புரிந்துவைத்திருந்தான்.

ஊரில் பக்கத்துத் தெருவில் அவனுடைய பெரியப்பன்மார்கள் இருக்கிறார்கள். அங்கே இவர்களுக்குக்கூட ஒரு வீடு உண்டு. ஆனால், பவளம்தான் அங்கிருக்க விரும்பவில்லை. அதே ஊரின் கடைசித் தெருவிலிருக்கும் அவளின் அம்மா வீட்டுக்குத் தன் மூன்று பிள்ளைகளையும் கூட்டிக்கொண்டு வந்துவிட்டாள். அப்போது நடந்தது திருநாவுக்கரசுவுக்கு நன்றாகத் தெரியும். பெரியப்பா சாமுடி, அவர் பிள்ளைகளுக்கு வாங்கிச் சாப்பிட காசு தந்துகொண்டிருந்தார். திருநாவுக்கரசு தயங்கித் தயங்கி அவர் எதிரில்போய் நின்றான். "டேய் போடா" என விரட்டினார் சாமுடி, வாசலில் நின்று என்னவோ செய்து கொண்டிருந்த பவளம் இதைப் பார்த்து விட்டாள். வெறி கொண்டவளாக திருநாவுக்கரசை இழுத்துச் சென்று உள்ளங்கை கன்றிப்போக அடித்தாள். அன்று சாயங்காலமே பிள்ளைகளைக் கூட்டிக்கொண்டு தன் அம்மா வீட்டுக்கு வந்துவிட்டாள் பவளம்.

"நானும் மானத்துக்கு மடிகட்டினு எவ்ளோ காலத்துக்குதான் கீறது? ஒன் அண்ணந்தம்பிங்களப்போல நீயும் சம்பாரிச்சி கொண்டாந்து போட்டு கெளருதியா வெச்சினுக்கீறதுன்னா வர்றேன். இல்லன்னா எம்புள்ளிங்களும், நானும் எங்க வளிய பாத்துக்கிறோம். நீ ஒன் வளியப் பாத்துக்க."

திருநாவுக்கரசுவிற்கு அப்பன் மீது கோபம் வருவதற்கு மேலும் ஒரு காரணம் இருந்தது. எழுதுவதற்கு ஒரு நோட்டும் வாங்கித் தராததால் இந்த வருசம் முழுக்கவும் வாத்தியார்களிடம் அவன் அடி வாங்கியிருந்தான்.

### 3

**சை**க்கிள் வைத்திருந்த தனது கூட்டாளி பொன்ராசுவைப் பார்ப்பதற்காக ஓடினான் திருநாவுக்கரசு. பவளம் திடீரென்று உருகிப் போனவளாய் அவனை அருகில் கூப்பிட்டு மடியில் கிடத்திக் கொண்டாள். அம்மாவின் மடி கதகதப்பும், விருப்பத்துக்குரிய வாசனையுமாக இருந்தது.

"கெணத்துக்கொல்லாம் குளிக்கப் போகாத சாமி." என்றாள்.

திருநாவுக்கரசு தலையாட்டினான். அவனுக்குள் எதுவோ நிறைந்து களிப்பூட்டியது. அப்படியே தூக்கம் வந்தது. பவளத்தின் கைகள் தலையைக் கோதுவதும், பேன் பார்ப்பதுமாக இருந்தன. சுகமாக இருந்தது.

"எழுந்து போயி, அப்பாவெ எங்க இருந்தாலும் தேடிப்புடுச்சி கூட்டினு வா."

பொன்ராசை தேடிப் போகும்போதே கணக்குப் போட்டுக் கொண்டுபோனான். அப்பன் இருக்குமிடமெல்லாம் அவனுக்குத் தெரியும். நான்கைந்து இடங்களில்தான் அவனின் புழக்கம். வடச்சேரி தாண்டி பாப்பனப்பல்லி குலதெய்வக் கோயில் அருகே சீட்டாடுவதற்குப் போவான். சாராயம் குடிப்பதென்றால் கிரிசமுத்திரம் பெருஞ்சாலையைத் தாண்டி, ரயில் பாதைக்கு அந்தப் பக்கம் போனால் மலையடிவாரத்தில் சாராயம் காய்ச்சுவார்கள். அங்கே அவர்களுக்குக் கூடமாட ஒத்தாசையாக இருந்துவிட்டு கடைசியாய் அவர்கள் சுடச்சுடத் தரும் சாராயத்தைக் குடித்துவிட்டு வருவான். இல்லையென்றால், மேற்கே குந்தாணிமேடு ஏரிக்கரை. அங்கும் சாராயம்தான். இதைவிட்டால்

மேட்டுப்பாளையம் தேநீர்க்கடைகளில் எங்காவது ஒன்றில் இருப்பான். அங்கு இருக்கும்போது திருநாவுக்கரசு போனால் அப்பனிடமிருந்து ஒரு தேநீர் கிடைக்கும். சில நேரங்களில் கட்டவாரன், வாணியம்பாடிக்கு மேற்காய் வெகு தொலைவில், ஆந்திர எல்லையிலிருக்கிற புல்லூருக்கு, கள் குடிக்கப்போவான்.

பொன்ராசை உசுப்பேற்றுவது எப்படி என்று திருநாவுக்கரசுவிற்குத் தெரிந்திருந்தது. சம்மந்திக்குப்பம் கசக்கரையில் இருக்கும் அவன் அத்தை வீட்டுக்குப் போனால் நுங்கு கிடைக்கும். மாமா பனங்காய்களைச் சீவிப் போடப்போட, அத்தை புன்னை இலை நிரம்பிய கூடையில் நுங்குகளை எடுத்துப் போட்டுக்கொண்டிருப்பாள். மாமன் இவன் தலையைப் பார்த்ததும் 'வாட மாப்பிள' என்பான். அத்தையோ நெட்டி முறித்து, முத்தம் தருவாள். நுங்குகளும், பனங்காய்களும் போதும் போதும் என்ற அளவுக்குக் கிடைக்கும். அவனுக்கு, மாமன் சீவித்தரும் பனங்காய்களைக் கையால் தோண்டித்தின்னவே பிடிக்கும். பாப்பனப்பல்லி தாண்டி இருக்கிற தென்னந்தோப்புகளில் இளநீர் பறித்துக் குடிக்கலாம். அவன் தாத்தன் அங்கு தோப்புக் காவலுக்கு இருந்தான். பவளம் அங்கிருந்து தான் முடைவதற்கு ஓலை வாங்குகிறாள்.

திருநாவுக்கரசு சொன்னபடியே வயிறுமுட்ட நுங்கு கிடைத்தது. பொன்ராசுவின் வயிறு பன்றிக்குட்டியைப் போல் புடைத்து, மிதிவண்டியை மிதிக்கும்போது பொள் பொள்ளென்று ஆடியது. திருநாவுக்கரசுவின் அத்தை வீடு கசக்கரையில் இருந்தது. சாலைக்கும் வயல்வெளிக்கும் இடையிலே பூமியை மிக ஆழமாகக் கீறிவைத்தது போல இருந்தது கசம். மழைக்காலங்களில் அதில் திடீரென நீர் சுரக்கும். அது ஓர் ஓடையைப்போல் நிலங்களைக் கடந்து பாலாற்றில் சேரும்.

பாப்பனப்பல்லியில் கட்டவாரன் இல்லை. பெரிய தெய்வம் கும்பிடும் குலதெய்வக் கோயிலருகிலே யாரையும் பார்க்க முடியவில்லை. சின்னச் சின்னதாய் இரண்டு கோயில்களும், பிரகாரம் வைத்தப் பெரியகோயிலொன்றும் அங்கிருந்தன. கோயில்களைச் சுற்றியிருந்த பெரிய மைதானத்தில் அங்கங்கே பொங்கல் வைத்த அடுப்புக்கற்கள் கரியேறிக் கிடந்தன. காற்று வீசலுக்குப் பறந்துப் பறந்து சேவல் கோழியின் செந்நிற இறகுகள் மைதானம் முழுவதும் பரவிக்கிடந்தன. செங்களம் போல பயமுறுத்தியது அந்த இடம். சாலையோரம் என்பதால் இப்பவும் அப்பவுமாக ஆட்கள் சிலர் போவதும் வருவதுமாக இருந்தனர்.

மிதிவண்டியை விட்டு இறங்கியதும், ஓடிப்போய், ஓரிடத்தில் குவிந்திருந்த கோழி இறகுகளை அள்ளிக் காற்றில் பறக்கவிட்டுக் குதித்தான் திருநாவுக்கரசு,

பொன்ராசு ஒர் இறகைக் கொண்டு வந்து அவனின் காதில் நுழைத்து கிச்சுக்கிச்சு மூட்டிச் சிரித்தான். அவர்களின் குதியாட்டத்துக்கு சோம்பல் விழித்துக் கொண்ட தெய்வங்கள் எழுந்து ஆடவந்துவிட்டது போல, கோயில் களம் திடீரெனப் பொலிவுகொண்டது. காற்று சுழன்று எழுந்துபோய் தென்னைகளின் தலையை அடித்துக் குதித்தது.

"டேய் பொன்னே, இங்க வாடா பைய்யா ஒன்ன காட்டறேன்."

திருநாவுக்கரசு அவனை நடு மைதானத்திலிருந்த சின்னக் கோயிலருகில் கூட்டிப் போனான். அதன் முன்னால் இருந்த இரண்டு கல் தூண்களில் புடைப்புச் சிற்பங்கள் பல இருந்தன. திருநாவுக்கரசு ஒரு சிற்பத்தை அவனுக்குக் காட்டிவிட்டு கெக்கலி போட்டுச் சிரித்தான். சிற்பப்பெண் பிறந்த மேனியாகக் கால்களை அகல விரித்துவைத்து உட்கார்ந்துகொண்டிருந்தாள். பொன்ராசு ஆர்வமிகுதியில் அதை நெருங்கிப் பார்த்துக் கொண்டிருந்தபோது, திருநாவுக்கரசு தனது கை நடுவிரலை சிற்பப் பெண்ணின் அகன்ற குறியில் வைத்துச் சிரித்தான். பொன்ராசுவின் முகம் சிவந்திருந்தது.

"போடியேய்..." என்றான் திருநாவுக்கரசைப் பார்த்து.

## 4

அவர்கள் வந்த வழியே திரும்பி வடச்சேரி தென்னந்தோப்புகளின் நடுவே பெரியசாலையைப் பார்த்துப் போனார்கள். தனிமையில் இருந்த சாலை, பாம்பு நெளிவுடன் அவர்களைப் பாலாற்றுக் கரையில் கைவிட்டது. வேகவைத்த புளியங்கொட்டை பொட்டுபோல் இளஞ்சிவப்புடன் ஆற்றில் தண்ணீர் ஓடிக்கொண்டிருந்தது. ஆற்றின் இருபுறங்களிலும் அடர்த்தியாகக் கொருக்கைப் புல் வளர்ந்திருந்தது. கரும்புப் பயிரைப்போலிருந்த ஒல்லியான கொருக்கைகள் மீது நெடுநேரமாக உட்கார்ந்து சலித்திருந்த மைனாக்கள் சில அவர்களைப் பார்த்ததும் குதித்துப் பறந்தன. அங்கு எழுந்த அருவருப்பான நாற்றத்தைச் சகியாமல் திருநாவுக்கரசு மூக்கைப் பொத்திக் கொண்டான்.

"பீ நாத்தண்டா எப்பா" என்றான் பொன்ராசு. அவர்கள் இருவரும் சொல்லி வைத்தது போல மூக்கடியில் விரல் வைத்து "கீஸ், கீஸ்" எனத் தேய்த்துச் சிரித்தனர்.

சரளைக் கற்கள் நிறைந்த சிதிலமான தார்ச்சாலையில் வேகமாக எம்பி மிதித்தான் பொன்ராஜ். பெரிய சாலையில் வாகனங்கள் காற்றின் கதியில் போய்க்கொண்டிருந்தன. சாலையைக் கடந்து எதிர்ப்புறம் போனபிறகு, திருநாவுக்கரசு இருபுறமும் பூத்திருக்கும் மந்தாரை மரங்களைப் பார்த்தபடி வந்தான். வழிநெடுக அவை வரிசையில் நின்று அவனைப் புன்னகைத்து வரவேற்பதாக நினைத்தான்.

கிரி சமுத்திரம் கிராமத்திற்குக் கிழக்கே பார்த்து வானம் முட்ட நின்றிருக்கும் மலையடிவாரம் நோக்கிப் போனார்கள். பொன்ராசு மிதிவண்டியை ஒன்றைக் கண் ரயில்வே வாராவதி அருகில் நிறுத்தி விட்டு உடலை நெட்டி முறித்தான். திருநாவுக்கரசு ரயில் பாதையின் மேல் ஏறி வாராவதி கைப்பிடிச் சுவரின் மீது நின்றுகொண்டு உரக்கக் கத்தினான்.

"ஓ... எப்போவ்..."

திருநாவுக்கரசின் குரல் காற்றில் பரவி எதிரொலித்தது. அக் குரலுக்குப் பதில் இல்லை. தவிட்டுக் குருவிகளும், சில வாலாட்டிக் குருவிகளும் மட்டுமே அவனுக்குப் பதில் சொல்லின. பெருத்த சத்தத்தோடு ஒரு ரயில் அப்போது போனது. திருநாவுக்கரசுவின் முடியும், உடைகளும் காற்றில் பறந்தன. அவன் கீழே நின்றிருக்கும் பொன்ராசுவின் பக்கம் திரும்பி, கைகளை உயரே தூக்கிக்கொண்டு, பற்களைக் காட்டி பேய் போல கொக்கரித்தான். ஓராள் உயரமேயிருந்த வாராவதியிலிருந்து திடுமென அவனருகில் குதித்துச் சிரித்தான்.

"டியேய் போடி, இப்படியெல்லாம் பயிம்வெச்சியானா நான் உன்னிய இங்கியே உட்டுட்டு போயிடுவேன்."

டேய்... டேய்... டேய்... "மச்சான் டேய்."

திருநாவுக்கரசு பொன்ராசுவிடம் குழைந்தான். அவர்கள் வந்த வழியே திரும்பி பெருஞ்சாலையைக் கடந்தார்கள். வளையாம்பட்டுக்குள் நுழைந்து ஆற்றில் இறங்கினார்கள். பாலாற்றின் நடுவில் தோல் பதனிடும் ஆலைகளிலிருந்து வரும் கழிவுநீர் நிரவி ஓடிக் கொண்டிருந்தது. அங்கங்கே பன்றிகள் சில மேய்ந்துகொண்டிருந்தன. கரையை ஒட்டியபடியே இருந்த ஒற்றையடிப்பாதையில் மிதிவண்டியைத் தள்ளிக்கொண்டு நடந்தார்கள். அவர்கள் களைத்துப் போயிருந்தார்கள்.

"டேய். வீட்டுக்குப் போலாண்டா" என்றான் பொன்ராசு.

"கடைசியா மேட்டுப்பாளையத்தாண்ட பாத்துடலாம்டா." என்றான் திருநாவுக்கரசு. இருவர் முகங்களும் வியர்வையால் நனைந்து பளபளத்தன. ஆற்றில் ஓடும் கழிவு நீரின் குமட்டும் வாடை அவர்களை வெறுட்டியது. திருநாவுக்கரசு ஊறும் எச்சிலை காறிக் காறித் துப்பிக்கொண்டே நடந்தான். அந்த வழி வாணியம்பாடி பாலத்தின் ஒரு முனையில் ஏறியது. கரையோரம் பாலத்தை ஒட்டியது போல பிரமாண்டமாய் கெங்கையம்மன் சிலை இருந்தது. இருவரும் கன்னத்தைத் தொட்டு உத்தி போட்டுக்கொண்டனர். பாலத்தின் மீது ஏறியதும் நடைபாதை ஓரமாய் மிதிவண்டியை நிறுத்திவிட்டு, பாதைக் கல்லின் மேல் உட்கார்ந்தான் பொன்ராசு.

திருநாவுக்கரசுவும் அவனருகிலேயே உட்கார்ந்துகொண்டான். அவன் கைகள் பாதையோரம் இருந்த கற்களைத் துழாவின. தேடி எடுத்த கற்களை ஆன மட்டும் சக்தி கொண்டு பாலத்தின் எதிர் தடுப்பு வரை வீசினான். வெயிலின் உக்கிரத்தில் வியர்வை உலர்ந்தது. எசமானனிடம் குழையும் நாய்க் குட்டியைப் போல சூரியன் அவர்களை நக்கியது. ஆற்றிலிருந்து வீசிய மென்மையான காற்றில் அவர்களுக்குக் கண்கள் கிறங்கின.

"டீ கடைங்களாண்ட பாத்துட்டதும் நேரா ஊட்டுக்குப் போயி நா படுத்துக்குவேண்டா எப்பா."

"எனக்குக் கூட தூக்கம் வருதுடா பொன்னு."

பொன்ராசு விசுக்கென எழுந்து மிதிவண்டியைத் தள்ளி மிதித்தான். திருநாவுக்கரசு பின்னிருக்கையைப் பிடித்துக்கொண்டே கொஞ்ச தொலைவுக்கு ஓடி, ஏறி உட்கார்ந்து கொண்டான்.

பாலத்தின் முடிவில் சாலையின் இருபுறங்களிலும் இருந்த கடைகளைக் குறிப்பாய் பார்த்துக்கொண்டு போனான் நாவுக்கரசு. கட்டவாரன் ஒரு தேநீர் கடையிலிருந்தான். மகனைப் பார்த்ததும் இரைந்தான் அவன்.

"எங்கடா பைய்யா சுத்தினு கீற."

"அம்மா உன்னிய கூப்புட்டுனு வரச்சொல்ச்சி."

"ஆளு உட்டுட்டாளா அவ? போ. வர்றேன்னு சொல்லு."

அப்பன் தேனீர் வாங்கித் தராத துக்கம் தொண்டையை அடைத்தது. திருநாவுக்கரசு பேசாமல் மிதிவண்டியில் உட்கார்ந்து கொண்டான். பொன்ராசு ஊரைப் பார்த்து மிதிவண்டியை உந்தி உந்தி மிதித்துக்கொண்டு போனான்.

# 5

கட்டவாரன், ஊரில் தனக்கு நம்பகமான இரண்டு சினேகிதர்களைக் கூட்டிக்கொண்டு மறுநாளே புல்லூருக்குப் புறப்பட்டான். இரண்டு டி.வி.எஸ். உருளிகளில் அவர்கள் போனார்கள். கட்டவாரனின் வண்டியில் திருநாவுக்கரசும் உட்கார்ந்துகொண்டிருந்தான். இன்னொன்றில் கட்டவாரனின் நண்பர்களிருவரும் இருந்தனர். எவ்வளவு திட்டியும், விரட்டியும் கூடக் கேட்காமல், உடன் வருவதாக அடம்பிடித்து திருநாவுக்கரசு கட்டவாரனின் வண்டியின் பின்னால் தொற்றிக்கொண்டான்.

நேற்று அவனும், பொன்ராசும் ஊரைச் சுற்றிவிட்டு வீடுபோய்ச் சேர்ந்ததும் அடித்துப் போட்டது போலத் தூங்கினார்கள். திருநாவுக்கரசுவை அப்பனின் குரல்தான் எழுப்பியது.

பவளம் ஒலை முடைந்தபடியே மூக்கைச் சிந்தி அழுது கொண்டிருந்தாள். துருகத்தாள் மகளை ஓயப்பண்ணும் முகமாக ஏதேதோ கூறிக்கொண்டிருந்தாள்.

"இதெல்லாத்தியும் பட்டுத் தீருனுமுன்னு உனக்கு ரொணமிருந்தா அத்த மாத்த யாரால ஆகுமிடி எம் பொண்ணே? கையொழச்சா கஞ்சி. அளறத நிறுத்து."

"இதா அத்தெ... இப்பிடியெல்லாம் பேசினு இருந்தியானா அப்பறம் நல்லா இருக்காது."

"பின்ன என்னாப்பா, பேசாமா பின்னெ? உங்கண்ணக்காண ஊரு ஒலகத்துல எல்லாரும் பொளைக்கிறத பாக்கல? மூணு புள்ளிங்க ஆயிடுச்சி. உதோ பெரியவன் அரக்கொமரன் ஆயிட்டான். உன்னும் நீ ஒரு வேலவெட்டின்னு போகாமத் திரிஞ்சா எப்படி?"

"நானும் பாக்காமயாக்கீறன்? அவெம் பெத்தாள நாத்தெங்க, வேல ஓடினு இருந்த தோல் சாப்பையும், கசடாத் தண்ணிய ஆத்துல உடறான், அத்தெ பண்றான், இத்தெப் பண்றான்னு மூடிப்புட்டானுங்க. அப்பறமா ஒரு வேலயும் எனுக்குக் குதுர்ல."

"அதெயே சொல்லினு இருந்தா எப்பிடி?" என்றாள், கீச்சுக் குரலில் பவளம். கட்டவாரன் வெறுப்புடன் எழுந்து தெருப் பக்கமாகப் போனான்.

திருநாவுக்கரசு வீட்டுக்குள்ளிருந்து எழும்பி வந்து வாசலில் நின்றான். பேந்தப் பேந்த விழித்த அவனுக்கு அது காலையா, மாலையா என்ற குழப்பம் மேலோங்கியிருந்தது. காலையிலிருந்து ஆல வட்டம் சுற்றிக்கொண்டிருந்த சூரியன் தலைசுற்றல் பொறுக்காமல் குந்தாணி மேட்டுக்காய் மலைப்பக்கம் வீழ்ந்தது. அது கண்களை இடுக்கி தலை கவிழ்ந்ததும் பொழுது தணிந்தது. எங்கும் சீராக அமைதியான ஒளி பரவியது.

எம்மா இது காத்தாலயா? சாயந்திரமா?"

அம்மாவின் பக்கம் போய் உட்கார்ந்தான் திருநாவுக்கரசு! பவளம் பொழுது கண்களை இறுக்குவதற்குள் மடிமீது இருக்கும் தென்னங்கீற்றை முடைந்து எடுத்துவிடும் குறியில் இருந்தாள். கால் நீட்டியபடி உட்கார்ந்திருந்த அவள் மடிமீது கோணிப்பை துண்டு இருந்தது. நனைக்கப்பட்டிருந்த ஓலைக் கீற்றுகளின் நீரை வாங்கி ஊறியிருந்தது அது.

பவளம் பதில் பேசவில்லை.

"இது அப்பனுக்கு மேல ஆகும். காத்தாலயா, சாயந்திரமா? கேக்கறதப் பாரு." துருகத்தாள் பழித்தாள்.

"ஏ போயே துருகத்தா" என்றபடி எழுந்து நடந்தான் திருநாவுக்கரசு.

"அடி செருப்பால" தென்னங்குச்சியை ஓலையிலிருந்து சீவிய படியே சொன்னாள் கிழவி.

இறுகியிருந்த பவளத்தின் முகத்தில், மகனின் கோபத்தை நினைத்து செல்லச் சிரிப்பு குழைந்தது.

மறுநாள் புல்லூர் வரை சென்று தென்னங் கள் வாங்கி வந்து ஊரில் விற்கத் தொடங்க வேண்டும் என்று தன் அப்பன் சிலரிடம் பேசிக்கொண்டிருந்ததைத் தெருவிற்குப் போனபோது கேட்டான் திருநாவுக்கரசு. எப்படியாவது அப்பனுடன் போக வேண்டும் என்று அப்போதே முடிவு செய்துகொண்டான்.

முகத்தில் அடிக்கும் காற்றுக்கு கண்களை மூடிக்கொண்டான் திருநாவுக்கரசு. வண்டியின் சத்தம் மட்டும் கேட்டது. வானத்தில் பறப்பது போல இருந்தது. வண்டிகளின் நடுவிலிருந்த இடைவெளியில் நீல நிற பிளாஸ்டிக் கேன்கள் இரண்டை வைத்திருந்தனர். சாலையின் மேடு பள்ளங்களுக்கு ஏற்ப அவை குதித்துக்கொண்டே வந்தன. வழி நெடுகிலும் தென்னந் தோப்புகளும்,

வயல்வெளிகளுமாக வந்தன. பல ஊர்களை அவர்கள் தாண்டினார்கள். இவ்வளவு ஊர்களா என்று திருநாவுக்கரசுவுக்கு ஆச்சரியமாய் இருந்தது. வழி முடியவும் கட்டவாரனும் அவனின் நண்பர்களும் உரக்கப் பேசி சிரித்தபடி வந்தனர். அவர்கள் பேசுவது எதுவும் திருநாவுக்கரசுவிற்குப் புரியவில்லை.

## 6

**க**ட்டவாரன் கள் விற்கத் தொடங்கி ஒரு வாரத்துக்கும் மேல் ஆகி விட்டிருந்தது. பவளத்தின் தாய் வீடு இருந்த கடைசி தெரு ஒரு தென்னந்தோப்பு வழியாக மண் பாதையாகப் போய் பாலாற்றில் இறங்கும். அந்த வழியாகப் போனால் ஆற்றைக் கடந்து கரையில் ஏறியதும் கிரி சமுத்திரம் வந்துவிடும். எப்போதும் காய்ந்திருக்கும் பாலாற்றின் ஊடே உருவாகியிருந்த வழி, இறுகித் தார்ச்சாலையைப் போலவே மாறிவிட்டிருந்தது. ஆற்றங்கரையை ஒட்டி, தென்னந்தோப்புக்கு வேலிபோல் வளர்ந்திருந்த கொருக்கைப்புதரில், கள்ளுக்கேனை ஒளித்துவைத்து விற்றான் கட்டவாரன். அப்பன் விற்கும் கள்ளின் புளித்த வாடை வயிற்றைப் புரட்டும். எதற்கு இதைக் குடிக்கிறார்கள் என்று நினைப்பான் திருநாவுக்கரசு. தோப்பில் வரப்புகளின் மேல் எங்காவது உட்கார்ந்தபடி ஆட்களின் வருகையை நோட்டம் விடுவதுதான் கட்டவாரன் அவனுக்குத் தந்திருக்கும் வேலை. திருநாவுக்கரசு தோப்பில் விழும் ஓலைகளில் கீற்றுகள் கிழித்து பச்சைக்கிளி செய்வான். ஊதியும்கூட அவனுக்குச் செய்யத் தெரியும். குரங்குகள் உதிர்க்கும் பிஞ்சுக் குரும்பைகளைத் தேடி எடுத்து கிலுகிலுப்பை செய்வான். ஒருநாள் பட்டாசுக் காய்களைத் தேடிப்பறித்து, தோப்பு மரங்களுக்குப் பாய்ந்துகொண்டிருந்த தண்ணீரில் போட்டு வெடித்துக் கொண்டிருந்தபோது இரண்டு போலீஸ்காரர்கள் வருவதைப் பார்த்தான். சடாரெனப் பாய்ந்து அப்பனைப் பார்த்து ஓடினான் அவன்.

"ஏ எப்பா... போலீசு வருதுயா."

கட்டவாரன் எல்லாவற்றையும் போட்டது போட்டபடி விட்டு விட்டு ஆற்றில் இறங்கி எதிர்க்கரையை நோக்கி ஓடினான். திருநாவுக்கரசு ஆற்றங்கரையை ஒட்டி வளர்ந்திருந்த முள்காட்டிற்குள் நுழைந்து மலம் கழிப்பதைப்போல் உட்கார்ந்துகொண்டான்.

போலீஸ்காரர்கள் கொருக்கைப்புதருக்குள் நுழைந்து தேடுவது, மாடுகள் நுழைந்து சலம்புவது போலத் தெரிந்தது. தென்னைகளின் தோள் முட்ட வளர்ந்திருந்த கொருக்கைப் பயிர்கள் இப்படியும் அப்படியும் வளைந்து முறிந்தன. மூங்கில்களைப் போன்றிருக்கும் அதன் தண்டுகள் முறிவது பட்டாசு வெடிப்பதைப் போலக் கேட்டது. போலீஸ்காரர்கள் அப்பனை அசிங்கசிங்கமாகத் திட்டுவது திருநாவுக்கரசுவின் காதில் விழுந்தது. கொருக்கைப் புதரிலிருந்து வெளிக்கிளம்பிய போலீஸ்காரர்களில் ஒருவனின் தோளில் கள் கேன் இருந்தது.

ஒருவன் வேகமாக ஊரைப் பார்த்து ஓடினான். பயத்தில் மூத்திரம் முட்டிக்கொண்டு உட்கார்ந்திருந்த திருநாவுக்கரசு மெல்ல எழுந்து அவர்களைப் பின் தொடர்ந்து போனான். அவர்கள் வீட்டுக்குத் தூரமாகத் தள்ளி நின்றுகொண்டு பார்த்தான். தெருவில் அங்கங்கே சனங்கள் வேடிக்கை பார்த்துக்கொண்டு நின்றிருந்தனர். போலீஸ்காரர்களில் ஒருவன், திருநாவுக்கரசின் வீட்டைக் கைக்கம்பால் தட்டிக் கொண்டிருந்தான். அவன் ஆங்காரத்துடன் கூப்பிடுவது ஊருக்கே கேட்பது போலிருந்தது. கொஞ்ச நேரத்துக்குப் பிறகு கதவு திறந்ததும், வீட்டிலிருந்து வெளியே வந்த துருகத்துக் கிழவி போலீஸ்காரனின் காலில் விழுவதைப் பார்த்தான் திருநாவுக்கரசு.

அன்று இரவு அப்பன் வீட்டுக்கு வரவில்லை. பவளம் அழுதுகொண்டு முடங்கிக்கொண்டிருந்தாள். அவளைத் தொந்தரவு செய்த பிள்ளைகளைக் கண்மண் தெரியாமல் அடித்தாளவள். துருகத்தாள் நிற்காமல் பேசிக்கொண்டேயிருந்தாள். நடுவில் அவள் சாலைக் கடைக்குப் போய் காசு போட்டு யாருக்கோ தொலைபேசிவிட்டும் வந்தாள்.

காலையில் விழித்தபோது வீட்டுத் திண்ணையில் சின்னசாமித் தாத்தா உட்கார்ந்திருப்பதைப் பார்த்தான் திருநாவுக்கரசு. அவர் துருகத்தாள் பாட்டியின் அண்ணன் என்று அம்மா சொல்லியிருக்கிறாள். அவர்கள் மின்னூரிலிருக்கும் அவரின் வீட்டுக்கு அடிக்கடி போய் வருவதுண்டு. சின்னசாமி கட்டவாரனிடம் பேசிக்கொண்டிருந்தார்.

“நம்ம வகையறாவுல யாரும் இதுமாதிரி தொயிலு பண்றதில்ல எப்பா. உனுக்கு என்னாத்துக்கு இந்த வேல. உன்னொருத்தனுக்குப் பயிந்து ஓடி ஒளியினுமின்னோ, கையக்கட்டி பதிலு சொல்லனு மின்னோ என்னாகீது? நம்ம சோற துன்னுட்டு, நம்ம ஒளப்ப ஒளச்சிட்டு, உன்னொருத்தனுக்கு ஏன் பதில் சொல்லுனும்றேன்?”

“அதெல்லாம் இனி மேல்பட்டு யாரும் ஊட்டாண்ட வரமாட்டாங்க. நாட்டாமக்கார கூட்டினு போயி டேசன்ல பேசி துட்டு குடுத்துட்டு வந்துட்டேன்.” கட்டவாரன் இறுக்கமாகச் சொன்னான்.

“ஒன்னு இருந்தா இப்படி இருக்குவேன். இல்லன்னா அப்பிடி இருக்குவேன். அப்பிடிதானே உம் பதிலு?” பவளம் கோபத்துடன் கேட்டாள்.

“ஏய் என்ன என்னாதாம்மே செய்யச் சொல்றே? சும்மா நைநைன்னுட்டு, மனுசன எதானா செய்யவுட்டு உன் வேலயப் பாரேன்.”

பவளத்தின் முகம் இரத்தம் பாய்ந்தது போல் கனன்றது. அவள் கழுத்து நரம்புகள் புடைக்கக் கத்தினாள்.

“ஒரே நாள்ள கோபுரம் கட்டிக்கத் தேவையில்ல. கால்வயிறுக் கஞ்சி, மானத்தெ மறைக்க கந்தல் இருந்தாப்போதும் எனுக்கு. யாருக்கு வேணும் இந்த மானயீனங்கெட்ட பொளப்பு. அது உனுக்கு வேணும்னா அடுக்கும். எனுக்கும் எம்புள்ளிங்களுக்கும் செரிப்பட்டுவராது...”

கொஞ்சம் வெளிவாங்கியவள், பின் தீர்க்கமாகச் சின்னசாமியைப் பார்த்து சொன்னாள்.

“இதுப்பாரு மாமா. அவரு அந்தத் தொழில உடலனா, நானும் எம்புள்ளிங்களும் கெணத்துல உளுந்து உயிரெ வாங்கிக்குவோம்.”

அதற்குமேல் அங்கு பேச்சில்லை. எல்லோரும் கற்களைப் போல உறைந்திருந்தனர். நீண்ட மௌனத்துக்குப் பின் சின்னசாமியே இறுக்கத்தை உடைத்தார்.

“கட்டவாரா இதெல்லாம் சரி வாராது. நாளைக்கி நீ நாவுக்கரசெக் கூட்டிக்குனு வாணியம்பாடி சனாவுல்லா டேனரிக்கு வா. நா உனுக்கு வேலைக்கிச் சொல்லிக்கிறேன். இவம் பொடியன லீவு முடியிற வறிக்கும் அந்த மொதலாளி ஊட்டுல வேலைக்கு உட்டுடலாம். கையில வேலய வெச்சினு எங்கியும் ஏன் ஓடனும்?”

சின்னசாமி தாத்தா துண்டை உதறித் தோளில் போட்டுக் கொண்டு எழுந்து போவதையே பார்த்துக்கொண்டு உட்கார்ந்திருந்தான் திருநாவுக்கரசு.

# 7

உதயேந்திரம் சாலையின் முனையில் ஆற்றை ஒட்டியது போல இருந்தது சனாவுல்லா தோல் பதனிடும் தொழிற்சாலை. கட்டவாரன், திருநாவுக்கரசுவைக் கூட்டிக்கொண்டு அங்கே போனான். அவர்களுடன் கட்டவாரனின் சினேகிதர்கள் இரண்டு பேரும் இருந்தனர். சின்னசாமி நேற்று சொல்லிவிட்டுப் போனதிலிருந்து கட்டவாரன் மாறிவிட்டான் போலிருந்தது. அவன் எங்கும் போகாமல் வீட்டிலேயே சுணங்கிக் கிடந்தான். அமைதியாக வீட்டுத் திண்ணையிலமர்ந்து தென்னந்தோப்பை பார்த்துக் கொண்டிருந்தானவன். இளங்காற்றுக்கு அசையும் தென்னையோலை போல மனம் அசைந்தது. சில நேரங்களில் அதன் உச்சிக்குருத்து படபட வென்று அடித்துக்கொள்வது போலவும் அடித்துக்கொண்டது.

அவனுக்கும் அதே ஊர்தான். பவளத்தை சினேகம் கொண்டே கட்டிக்கொண்டான். இப்போது அவளைப் பார்ப்பதற்குப் புதுப் பெண்ணைப் போலத் தோன்றினாள். திடீரென வீட்டில் மூன்று பிள்ளைகள் வளையவருவதும் அதிசயமாகத்தானிருந்தது. அவன் மனதுள் எதுவோ சேகரமாகிக் கொண்டிருந்தது. தெளிந்திருந்தது மனம்.

ஊரைச் சுற்றிலும் தென்னந்தோப்புகளும், நிலங்களும் இருக்கின்றன. தோல் பதனிடும் தொழிற்சாலைகளின் கழிவுநீர் பாலாற்றில் ஊறி திடீரென்று ஒருநாள் மண்ணே உப்பாக மாறிப்போனது.

தண்ணீரை வாயில் வைக்க முடியவில்லை. நெல் விளைந்த நிலங்கள் களைப்புதர் மண்டி அனாதரவாகிவிட்டன.

தேங்காய்களோ கொய்யாப் பழங்களின் அளவுக்கு சிறுத்தன. முன்பென்றால் வயற்காட்டு வேலைகள் ஏகத்துக்கு இருக்கும். தேங்காய் உரிப்புக்கும் போகலாம். இப்போது எதற்கும் வழியற்று முள்ளடைந்துவிட்டது. பாலாற்றின் எதிர்க்கரையில் கூப்பிடு தொலைவிலிருந்த வாணியம்பாடியில் தோல்பதனிடும் தொழிற்சாலைகள் மலிந்திருந்தன. ஆண்களில் பெரும் பகுதி அங்கு இடம்பெயர்ந்தனர். பெண்களோ காலணித் தொழிற்சாலைக்குப் போயினர். நிலத்தைக் கெடுக்கிறதென்று பெரும் பகுதி தோல் ஆலைகளுக்கு

அரசாங்கம் மூடு விழா நடத்தியப் பிறகு ஆண்களில் பலரும் குப்பையைக் கிளறிச் சுற்றும் சேவல்களாய் மாறிவிட்டனர்.

திருநாவுக்கரசுவைக் கூட்டிக்கொண்டு நடக்கத் தொடங்கியபோது கட்டவாரனின் மனம் உறுதிப்பட்டிருந்தது. மகனை வேலையில் விட வேண்டாமென்று நினைத்தான். ஒரு மாதம் தானே என்று மனம் ஆறுதல்கொண்டது. ஊரில் படிக்கும் நிறையப் பிள்ளைகள் பெங்களூர், திருப்பூர் என்று இப்படி ஒரு மாத வேலைக்குக் கோடை விடுமுறையில் போய் வருவது ஒன்றும் புதுசில்லை. பள்ளி தொடங்கியதும் அவர்கள் சம்பாத்தியம் புது வகுப்புச் செலவுகளுக்கு ஆகும்.

கட்டவாரன் அமைதியாகத்தான் வந்துகொண்டிருந்தான். அவனின் நண்பர்கள் வாயைப்பிடுங்கினர். கொஞ்ச நேரத்திற்கெல்லாம் கும்மாளமும் கொலுவுமாகிவிட்டது. திருநாவுக்கரசு அப்பனையும், அவனின் இஷ்டக்காரர்களையும் பார்த்தபடி ஆட்டுக் குட்டியைப் போல அவர்கள் பின்னால் ஓடிக்கொண்டிருந்தான். மதியானம் அம்மா ஆக்கிப்போட்ட களி செறிக்காமல் வயிற்றில் இன்னும் உருண்டது. வெயில் உச்சியிலிருந்து மேற்குப் பக்கமாக மெதுவாய் சரியத் தொடங்கிவிட்டிருந்தது.

உதயேந்திரம் சாலையில் நிறைய தோல் பதனிடும் ஆலைகள் இருந்தன. கட்டடங்கள் கரும்பழுப்புக் கறை படிந்து தெரிந்தன. பிரமாண்டமான அக்கட்டிடங்களை திருநாவுக்கரசு அதிசயமாய் பார்த்து வந்தான். ஏதேதோ இயந்திரங்கள் ஓடும் சப்தம் அவனுக்கு இடி இடிப்பதைப் போலக் கேட்டது. பச்சைத் தோலின் கவிச்சி நாற்றமும், அழுகிய நாற்றமுமாய் அங்கு எழும்பிய கொடூர வாடை அவன் வயிற்றைப் புரட்டியது.

அவர்கள் ஆற்றையொட்டியிருந்த ஆலைக்குள் நுழைந்தார்கள். சின்னசாமி தாத்தா பீடி பிடித்துக்கொண்டு குத்துக்காலிட்டு உட்கார்ந்தபடி ஒரு மூலையிலிருந்ததை திருநாவுக்கரசு பார்த்தான். அவர்களைக் கண்டதும் பீடியை எறிந்துவிட்டு வந்தார் சின்னசாமி.

“எஜமான் வந்துட்டாரு. வா மொதல்ல அவரப் பாத்துப்புடுவோம்.”

சின்னசாமி கட்டவாரனைப் பிரித்து உள்ளே கூட்டிக்கொண்டு போனார். திருநாவுக்கரசுவும் பின்னாலேயே போனான். பெரிய பெரிய கொட்டில்களில் தோல்களைக் கொக்கியில் மாட்டிக் காயப்போட்டிருந்தார்கள். ஒரு பக்கம்

தண்ணீரில் ஊறிய இளநீல நிறத்தோல்கள் குவியல் குவியலாக இருந்தன. ஆட்கள் சிலர் இடுப்பில் துண்டு கட்டிக்கொண்டு அங்கும் இங்கும் உலவிக்கொண்டிருந்தனர். அங்கு மேலும் அருவருப்பான வாடை எழுந்தது.

திருநாவுக்கரசு மிரட்சியுடன் அங்கே நின்றான்.

"எஜிமான், இவுருதான் நாஞ்சொன்னது. எங்கக்கா மருகன். எம்புள்ள மாதிரி. நீதான் எப்பிடியான ஒரு சகாயம் பண்ணனும்."

நுழையும் முகப்பில் கட்டியிருந்த விஸ்தாரமான கல்மேடையில் தலையணை மீது உட்கார்ந்திருந்தான் முதலாளி. எதிரில் இருந்த மட்ட மேசையை ஊன்றியபடியே சுட்டவாரனை ஆழமாகப் பார்த்தான்.

"தொயிலு செரியா ஓடல சின்சாமி. அப்பிடி... ஒன்னுரெண்டு வேலைங்கள செஞ்சுட்டு இருக்கட்டும். பாக்கலாம். அதுக்கூட உஞ் சொந்தக்காரப் புள்ளன்றதால தான் உடறேன்."

அவர்கள் பேசிக்கொண்டும், வேடிக்கை பார்த்துக் கொண்டும் தோல் பதனிடும் ஆலையின் உள்களத்தின் ஓரத்தில் உட்கார்ந்து கொண்டிருந்தனர். சின்னசாமி அவர்கள் எல்லோருக்கும் தேநீர் வாங்கி தந்தார். அந்தக் களம் விஸ்தாரமாக இருந்தது. வண்டிகளின் தடங்களும், லாரி சக்கரங்களின் தடங்களும் குறுக்கும் நெடுக்குமாகப் பதிந்திருந்தன. மரப்பட்டைகளும், உப்புமாக நிரம்பிக் கிடந்தது களம்.

மாலை வெயில் சுள்ளென்று காய்ந்தது. அவர்கள் எல்லோரும் திடீரென ரத்தச்சிவப்பு நிறத்தில் மாறிவிட்டதை திருநாவுக்கரசு கவனித்துக் கொண்டிருந்தான். அப்போது அங்கு வேலை செய்யும் ஒருவன் அவர்களை முதலாளி கூப்பிடுவதாய் வந்து சொல்லி விட்டுப் போனான்.

அவர்கள் எழுந்து ஓட்டமும் நடையுமாகச் சென்று முதலாளியின் மேடை முன்பு வரிசை கட்டி நின்றார்கள்.

"சின்னசாமி, நம்ம சாப்புது செப்டிக் தொட்டி ஒன்னு அடச்சினு கீது. டேனரி கழிவு தண்ணி வெளியே போல. இவுங்கள் வெச்சிக்கினு அதுல எறங்கி கொஞ்சம் கிளீன் பண்ணி உட்டுடு. அதுக்கு என்னா கூலி கேக்கறன்றத இவுரு கிட்ட பேசிக்கோ."

முதலாளி, தன் அருகில் இருந்த ஒருவரைக் கை காட்டினான். அவர்கள் கிளம்பியபோது சொன்னான்.

"நாளைக்கி அந்த ஆளை வேலைக்கி வரச்சொல்லிடு சின்சாமி."

புதிய நபர் அவர்களை ஆலையின் மேற்கு மூலையில் இருக்கும் ஓர் இடத்துக்குக் கூட்டிக்கொண்டு போனார். தரையிலிருந்து இடுப்பு அளவுக்கு எழும்பிய சில தொட்டிகள் அங்கிருந்தன. அவையருகில் நின்று அவர்கள் பேசிக் கொண்டிருப்பதை தூரத்தில் உட்கார்ந்தபடி பார்த்துக்கொண்டிருந்தான் திருநாவுக்கரசு. பேச்சு முடிவானதும் அவர்கள் நால்வரும் தங்கள் உடைகளைக் கழற்றிச் சுருட்டி தொட்டிகளின் அருகிலே வைத்துவிட்டு கால்சட்டைகளோடு நின்றார்கள்.

தடித்த வடக்கயிறு ஒன்றை எடுத்து அந்தத் தொட்டியைச் சுற்றி இறுக்கமாகக் கட்டினார்கள் அவர்கள். கையில் ஒரு மண் வெட்டியுடன் முதலில் சின்னசாமி தாத்தா தொட்டிக்குள் இறங்குவதை திருநாவுக்கரசு பார்த்தான். சில நிமிடங்கள் கழித்து கட்டவாரன் கயிறைப் பிடித்துக்கொண்டு தொட்டிக்குள் இறங்கினான். கொஞ்ச நேரத்தில் அப்பனின் சினேகிதர்களிடமிருந்து பெருஞ்சத்தம் எழுந்தது. அவர்கள் இருவரும் தொட்டியினுள் குனிந்து கத்திக் கொண்டே, பரபரப்புடன் ஒருவர் பின் ஒருவராகத் தொட்டிக்குள் இறங்குவதை திருநாவுக்கரசு பார்த்தான். அங்கு என்ன நடக்கிறது என்று அவனுக்குத் தெரியவில்லை. தொட்டியினருகில் நின்று வேலை வாங்கிக் கொண்டிருந்த புதிய ஆள் கத்திக்கொண்டே முதலாளியின் மேடையைப் பார்த்து ஓடினான். போன வேகத்திலேயே சில தொழிலாளர்களோடு தொட்டியினருகிலே ஓடிவந்தான் அவன். திருநாவுக்கரசு ஒன்றும் புரியாமல் விழித்தான். பரபரப்புடன் அங்கும் இங்கும் ஓடிய அவன் அழத் தொடங்கினான்.

"ஏ எப்பாயா, ஓ... தாத்தா...!"

கத்தியபடி தொட்டியினருகில் ஓடிய அவனை சிலர் இறுக்கிப் பிடித்தனர். தரையை உக்கிரமாய் உதைத்துக்கொண்டு எம்பி அழுதான் அவன். அபாய மணியை ஒலித்துக்கொண்டே அங்கு தீயணைப்பு வண்டியொன்று வந்து சேர்ந்தது. பெருங்கூட்டம் கூடி விட்டிருந்தது. செய்திக் கேட்டு பவளமும், துருகத்தாளும், ஊர் சனங்களும் வந்துவிட்டிருந்தனர். பவளம் மார்பை உடைத்துக்கொள்வது போல அடித்துக்கொண்டு அந்தத் தொட்டியை அடைக்கோழி போல சுற்றி வந்து கதறினாள். அவளின் பெருங்குரல் கூட்டத்தின் சலசலப்பை மிதித்து எழுந்தது.

"அய்யோ என் ராஜனே... உன்ன நானே கொன்னுட்டேன். எதையாவது செஞ்சினு இரு சாமின்னு இந்தப் பாவி உன்ன விட்டிருக்கக் கூடாதா?"

தீயணைப்பு வீரர்கள் எல்லாரையும் விரட்டி இடம் ஏற்படுத்தினர். முகக்கவசங்களோடு தொட்டியில் இறங்கி, உள்ளே கிடந்தவர்களை ஒவ்வொருவராகத் தூக்கிக்கொண்டு வந்து தொட்டியின் அருகிலே வரிசையாகக் கிடத்தினர். கருத்த அந்த நான்கு உடல்கள் அசைவற்று மரக்கட்டைகளைப் போல் கிடந்தன.

8

மேளச்சத்தம் ஊரை அதிரச் செய்துகொண்டிருந்தது. வீட்டின் முன்பு நீளமான பந்தல்போட்டு மூன்று கண்ணாடிப் பெட்டிகளை வைத்திருந்தார்கள். தெருவில் பெருங்கூட்டம் கூடியிருந்தது. இருந்திருந்து பட்டாசு சத்தம் கேட்டது. பவளம் தலைவிரி கோலத்துடன் நொறுங்கிக் கிடந்தாள். அழுதழுது தொண்டை பிடித்திருந்தது. ஊதுவத்தி மணமும், பூ மணமும், கந்தக நெடியுமாகச் சாவு நாற்றம் எங்கும் பரவியிருந்தது. திருநாவுக்கரசு வீட்டினருகில் இருந்த திண்ணையில் அமைதியாக உட்கார்ந்துகொண்டிருந்தான். அவனை அங்கு வந்த பள்ளிக்கூடத்து ஆசிரியர்கள் சிலர் பரிவுடன் பேசிக் கூட்டிக்கொண்டு போனார்கள். அவன் திரும்பித் திரும்பி அம்மாவைப் பார்த்துக்கொண்டே போனான்.

சாவுக் கூட்டத்தில் திடீரென்று சலசலப்பு ஏற்பட்டது. கரை வேட்டிகளுடன், வெள்ளுடுப்பில் கூட்டமாகச் சிலர் வந்துகொண்டிருந்தனர். அவர்களோடு ஊர் நாட்டாண்மைக்காரரும், சில பெரிய மனிதர்களும் இருந்தனர். பெண்களை வழிவிடும்படி சிலர் அதட்டினார்கள். வந்திருந்தவர்கள் மூன்று சவப்பெட்டிகளின் மீதும் மாலைகளை வைத்துவிட்டுக் கொஞ்ச நேரம் நின்றார்கள். நாட்டாண்மைக்காரர் பவளத்தைக் கூப்பிட்டு அவர்கள் பக்கத்தில் நிற்கச் சொன்னார். வந்தவர்களில் தாட்டிமமாக இருந்த ஒருவர் ஒரு கட்டுப்பாத்தை எடுத்து பவளத்தின் கையில் தந்தார்.

"உம்புருசனுக்கு நஷ்ட ஈடும்மா. வெச்சிக்க."

புளிச்புளிச்சென்று கேமராக்கள் வெளிச்ச எச்சிலைத் துப்பி அடங்கின. திடுமெனப் பெருங்குரலெடுத்துக் குலுங்கி அழுத பவளம், வெறி கொண்டவளாய் பணக்கட்டுகளைச் சவப் பெட்டிகள் மீது இறைத்துக் கத்தினாள்.

"இந்தக் காச வெரையாப் போட்டா எஞ்சாமி மொளைப் பாராய்யா?"

நாட்டாண்மைக்காரரும், பெரிய மனிதர்களும் பவளத்தை அதட்டினார்கள். புதருக்குள் மாடுகள் நுழைந்தது போல் அங்கே பெரும் சலசலப்பு உண்டானது.

மே, 2010